சர்மிஷ்டா

என்.எஸ். மாதவன்

தமிழில்
கே.வி. ஷைலஜா

சர்மிஷ்டா	:	சிறுகதைகள்
ஆசிரியர்	:	என்.எஸ்.மாதவன்
தமிழில்	:	கே.வி. ஷைலஜா
	:	© ஆசிரியருக்கு
முதற்பதிப்பு	:	செப்டம்பர் 2005
நான்காம் பதிப்பு	:	டிசம்பர் 2017
வெளியீடு	:	வம்சி புக்ஸ்
		19, டி.எம்.சாரோன்,
		திருவண்ணாமலை - 606 601
		செல்: 9444867023, 04175-251468
அச்சாக்கம்	:	மணி ஆப்செட், சென்னை-600 077
விலை	:	₹ 100/-
ISBN	:	978-93-84598-47-1

Sharmirsta	:	Short Story
Author	:	N.S. Maadhavan
In Tamil	:	K.V. Shylaja
	:	© Author
First Edition	:	September 2005
Forth Edition	:	December 2017
Published by	:	Vamsi books
		19.D.M.Saron,
		Tiruvannamalai-606 601
		9444867023, 04175 - 251468
Printed at	:	Mani Offset, Chennai-600 077
Price	:	₹ 100/-
ISBN	:	978-93-84598-47-1

vamsibooks@yahoo.com * www.vamsibooks.com

அதிகதூரம் ஓடும்போது பந்தங்கள் கூட மூச்சிரைத்து நின்று விடுகின்றன. எங்கு திரும்பினாலும் யானையின் மத்தகக் கருப்பில் மனசு உரசி ரத்தம் கொட்ட ஆரம்பித்திருக்கும் ஒரு ஏகாந்ததையில், எல்லாவற்றையும் ஏற்றுக்கொள்ள வைக்கும் குளிர்மணம் வீசும் முல்லைமாலைகளுடன் என் முன்னே வந்தவர் என்.எஸ். மாதவன்.

வாழ்வைப் போராட்டக்களமாக மாற்றியிருந்த சரசம்மா, தன்மீது வீசப்படும் கத்திகளைக் கண்மூடி ஏற்றுக் கொள்ளும் ஜெயலட்சுமி, தன் மனவெளியை க்ளாவர் ஆகாயத்தில் கண்டுபிடிக்கத் துடிக்கும் ரமணி, மனதுக்குள் ஏற்பட்ட கேள்விகள் பாரமாய் அழுத்த தாங்கமுடியாமல் உலாத்தும் சாவித்ரி, சில நேரங்களில் ஏதோ நிர்பந்தத்திற்குக் கட்டுப்பட்டவளாய் தன் மனவுணர்வுகளைப் புதைத்துப்போடும், சில நேரங்களில் உடைந்து சிதறும் பெயரே தெரியாத முகுந்தனின் மனைவி, சமேலி, சர்மிஷ்ட்டா என ஏதோ வாழ்கிறோம் என்றுமட்டும் சொல்லிக் கொள்ளும் பெண்களின் மன உணர்வுடன் உறவாடி இருக்கும் மாதவன், நிஜமாகவே நாம் வாழும் காலத்தின் பெருமையாகவே இருக்கிறார்.

என்.எஸ். மாதவனைப் படித்து உறைந்து போயிருந்த நேரத்தில் அவரோடு அறிமுகத்தை ஏற்படுத்தித் தந்த கொச்சின் நண்பர்கள் அபுல்கலாம் ஆசாத், ஆனந்த்ஸ்கரியா

சில கதைகளை வெளியிட்ட புதிய பார்வை, குமுதம் தீரா நதி, உயிர்மை, புதுவிசை, எழுத்திலிருந்து அச்சுக்கான மாற்றத்தில் எனக்குப் பெரிதும் உதவிய சக மொழிபெயர்ப்பாளர் கே.வி. ஜெயஸ்ரீ, உத்திரகுமாரன், தட்டச்சில் உதவிய சாந்தி, பாபுஜி எல்லோருக்கும் நன்றி.

எளிமையான அன்போடு

கே.வி. ஷைலஜா

அம்மா

யா தேவி சர்வபூதேஷு ஸ்திதி ரூபேண சம்ஸ்தித...

(பகல்.

காலை நேரத்தின் இளவெயில். அடுக்குமாடிக் கட்டிடம் ஒன்றின் ஏழாம் அடுக்கில் இருக்கும் வீட்டின் முன் வாசல். அந்த வீட்டின் சுவரில் கம்பிகள் இல்லாத வண்ணக் கண்ணாடி ஜன்னல்களினூடாக எர்ணாகுளம் நகரமும் கடற்புறமும் மங்கலாகத் தெரிந்தது. காட்சிகளின் தெளிவின்மையில் கட்டிடங்களும், கடற்கரையும், துறைமுகத்தின் சீனவலைகளும் பல நிலைகளில் சிதறின. வீட்டின் முன் கதவில் அடித்து வைத்திருந்த நீல ப்ளாஸ்டிக் பலகையில் மங்கலாய் வெள்ளை எழுத்துக்களில் கெ.எ.சரசம்மா என்று எழுதியிருந்தது.

பெயருக்குக் கீழே இன்/அவுட் என்று எழுதியிருந்ததில் ஒன்றை மட்டும் மறைக்கும் சின்ன பிளாஸ்டிக் துண்டு உடைந்து கீழே விழுந்ததினால் நிரந்தமாக நிச்சயத்தன்மை அற்றதாக இருந்தது அந்தப் பெயர்பலகை. சுவரில் நீண்டு நிற்கும் காலிங் பெல். அதை நோக்கி நீளும் இளம் சிவப்பில் நகச்சாயம் பூசப்பட்ட ஒரு பெண்ணின் ஆள்காட்டி விரல்.)

நீலிமா ப்ளாட்டின் கதவைத் திறந்தாள். அவள் உடுத்தியிருந்த வெளுத்துப்போன பச்சை நிற நைட்டியின் சில பாகங்களில் பாத்திரம் தேய்த்த ஈரம், பூ வரைந்திருந்தது. சமையலறையில் குழாயின் சத்தம், "பீட்டாகாம்" கேமிராவின் நெற்றியில் சிவந்த வெளிச்சப்பொட்டு மின்னுவதைப் பார்த்த

நீலிமா எல்லாம் மறந்து கையை விரித்து முடியை ஒதுக்கியவாறு கேட்டாள்.

"கேமரா ஆன் பண்ணியிருக்கே?"

"ஆமாம்" சூசன் சொன்னாள்.

"அம்மா என்னுடைய மகனைக் குளிக்க வச்சிட்டிருக்காங்க" சொன்ன நீலிமா குரல் உயர்த்தி உள்நோக்கிக் கத்தினாள்.

"அம்மா, இதோ டி.வி.காரங்க வந்துட்டாங்க."

"அவங்க இங்கே வரட்டும். ராசியானவர்கள். இன்னைக்கி பைஜுமோன் முதல் முதலாய் கவிழ்கிறான்."

தரையில் ஓலைப்பாயில் நரைத்த முடி காற்றில் அலைய அமைதியில் உட்கார்ந்திருக்கும் சரசம்மாவின் முதல் காட்சி சூசனை அற்புதப்படுத்தியது. பனைஓலையால் செய்யப்பட்ட கிலுகிலுப்பையை வைத்துக்கொண்டு மிகுந்த நேயத்தோடு பேரனுக்கு விளையாட்டுக் காண்பித்துக்கொண்டிருந்தார். தரையில் சிதறிக்கிடக்கும் பலவகையான பிளாஸ்டிக் பொம்மைகளுக்கு நடுவில் அது ஒரு புரதானப்பொருளாகத் தெரிந்தது.

"மகனே, இங்க பாரு. அம்மம்மாவை டி.வி. படம் எடுக்க யாரெல்லாம் வந்திருக்காங்கன்னு பாரு. அக்காவைப் பாத்தியா? டில்லிக்காரி இவ. அம்மம்மாவைப் படம் எடுக்க இவ்வளவுதூரம் வந்திருக்கா."

"அம்மா, குழந்தையையும் தூக்கிக்கிட்டு எழுந்து நிக்கமுடியுமா?" கேமராமேன் நரேஷ் கேட்டான்.

சரசம்மா உடுத்தியிருந்த வேட்டியைச் சரிப்படுத்திக்கொண்டு, பால்கனிக்கு வெளியே வானமும் கடலும் இணையும் புறஅழகின் முன்பாக கம்பீரமாக எழுந்து நின்றாள். சட்டென அடித்த காற்றில் குழந்தை எச்சில் ஒழுகச் சிரித்தான். கொச்சி விமானநிலையத்திலிருந்து ஒரு விமானத்தின் முனை பளபளத்தபடி சர்ரென வானத்திற்கு உயர்ந்தது.

"நல்ல ஷாட் " சூசன் சொன்னாள்.

சட்டென பைஜுமோன் அழத்தொடங்கினான். சரசம்மா அவனைத் தோளில் போட்டபடி மெல்லப் பாடத்தொடங்கினாள்.

ஆராரோ ஆராரோ
என் மகனே அழாதே அழாதே
அழகு செல்லம் அழாதே
கட்டி வெல்லம் அழாதே
ஆராரோ ஆராரோ

"எங்க எல்லாரையும் ஒன்றாய் பார்த்ததினால் இருக்கும்" சூசன் சங்கடத்துடன் சொன்னாள்.

"அவன் அப்படிப் புதியவர்களைப் பார்த்தெல்லாம் அழமாட்டான். அப்படித்தானேடா மோனே. பசிக்குதோ என்னமோ. நீலு இவனுக்குப் பால் குடுக்கிற நேரமாச்சே தூக்கிட்டுப்போ."

நீலிமா பைஜூவை தூக்கிக்கொண்டுப் படுக்கை அறைக்குப்போய்க் கதவைச் சாத்திக்கொண்டாள். சிறிது நேரத்திலேயே அவனுடைய அழுகை அடங்கியது.

"நான் சொன்னேன்ல. அவனுக்குப் பசிதான். நாம வரவேற்பறைக்குக் போகலாம். அங்கே ஷூட் பண்ணிக்கலாமில்லையா?"

வரவேற்பறையின் சோபாக்களில் அமர்ந்தபோது சரசம்மா கேட்டாள்.

"எதுக்காக நீ டில்லியிலிருந்து என்னைப்படம் எடுக்க வந்தே?" எவ்வளவு தூரம்? அதுமட்டுமா, எவ்வளவு பணம் செலவாகும்?

"ஆசியப்பெண்களைப் பற்றிய சீரியல் ஒன்றை பிரிட்டனின் ஒரு சேனல் தயாரிக்கிறது. வாழ்வனுபவங்கள் அதிகம் உள்ளவங்களைப் படம் எடுக்கும் வாய்ப்பு எனக்குக் கிடைத்தது. அது மட்டுமல்லாமல் இதுபோன்ற நிகழ்ச்சிகள் எப்போதைக்குமான ஆவணமாக இருக்குமில்லையா?"

"மோள் எங்கேயிருந்து வர்றே?" அதாவது சொந்த ஊர்...?

"அப்பாவுக்குச் சொந்த ஊர் சேர்த்தலை. ஆர்மியில் ப்ரிகேடியர்."

"உனக்குக் கல்யாணம் ஆயிடுச்சா"

"இல்லை. அதுக்கு இன்னும் எனக்கு வயசாகல்லையம்மா."

"என்ன வயசாகுது உனக்கு?"

"செப்டம்பர் வந்தால் 22. செப்டம்பர் 10. கன்னிராசி. எந்த எதிர்பார்ப்பும் இல்லாமல் வாழ்கிறேன்.

"என்னமோ எனக்கு இதிலெல்லாம் ஈடுபாடு இல்லை. சரி ஏதாவது பாய் ஃபிரண்ட்ஸ் இருக்காங்களா?"

"அம்மா பவர்பாய்ண்ட் எங்கேயிருக்கு?" லைட்மேன் கேட்டான்.

சூசன் அவனை நன்றியோடு பார்த்தாள்.

"அந்த ஜன்னலுக்குப் பக்கத்தில்"

அதற்குள் மேக்கப்மேன் சரசம்மாவின் முகத்தில் மெல்லியதாக சாயம் பூசத் துவங்கினான்.

"என்ன செய்யறீங்க? எனக்கு வேண்டாம் இந்த ப்யூட்டி பார்லர் வேலை எல்லாம்" சரசம்மா உதறியபடிச் சொன்னார்.

"இல்லம்மா. இது அழகைக் கூட்ட அல்ல. முகத்தைக் கொஞ்சம் வெளிச்சத்திற்கு ஏற்றவாறு மாற்றத்தான்."

சரசம்மா மெல்லச் சம்மதித்தாள். அதைப் பார்த்தபோது அறுபது வருடங்களுக்கு முன்பாக சரசம்மாவில் உயிர்ப்போடு இருந்த பள்ளிக்கூட மாணவி தெளிந்து வருவதை சூசன் கண்ணுற முடிந்தது.

"ஃபேன் நிறுத்திடட்டுமா அம்மா. இல்லன்னா அதன் சத்தம் ரெக்காடிங்கை மோசமாக்கிடும்."

"உங்கள் லைட் அதிக சூடாயிருக்குமே" சொல்லிக் கொண்டே சரசம்மா தயார்நிலையில் சோபாவில் அமர்ந்தாள். அப்படி உட்கார்ந்தபோது தளர்ந்த தோலில்கூடக் கொஞ்சம் கம்பீரம் கூடியது. தோள்வரை வெட்டிவிடப்பட்டு காற்றில் அலையும் முடியை சூசன் அந்தத் தலைமுறையிலிருந்து எதிர்பார்க்கவில்லை.

"நாங்கள் ரெடி" கேமராமேன் சொன்னான். கேமராவின் சிவப்பு வெளிச்சம் மின்னத் தொடங்கியது. அந்த ஒரு நிமிட

இடைவெளியில் சூசன் ஆயிரக் கணக்கில் பார்வையாளர்களைத் தன் மனஅடுக்குகளில் நிறுத்தி, அவர்களின் முன்பாக நிகழ்ச்சியை வழங்க தன்னைத் தயார் செய்துக்கொண்டாள். சூசனின் முகமாற்றத்தைச் சரசம்மா கவனிக்கத் தவறவில்லை. சிறிது நேரம் முன்புவரை இவள் குழந்தைத் தன்மையுடன் கூடிய பெண்ணாக இருந்தாளே என்று சரசம்மா நினைத்துக் கொண்டாள். நேர்காணல் துவங்கியது.

சின்னச்சின்ன உரையாடல்களைக் கொண்டுதான் நேர்காணலைத் துவங்க வேண்டும். அப்போதுதான் பேட்டியாளர் சுலபமாகப் பேசமுடியும். சூசன் முகத்தில் ஆயத்தமாய் வைத்திருந்த புன்னகையோடு பேச ஆரம்பித்தாள்.

சூசன் : சரசம்மா என்று கூப்பிட எனக்குக் கொஞ்சம் சங்கடமா இருக்கு. நான் அம்மான்னு கூப்பிடட்டுமா?

சரசம்மா : (கண் அசைத்து மெதுவாகத் தலையாட்டினார்)

சூசன் : சிறிது காலத்திற்கு முன்பு நீங்கள் கேரளாவின் நக்சல் இயக்கத்துக்கே அம்மாவாக இருந்தீர்கள் இல்லையா?

சரசம்மா : இல்லை. அதனுடைய ஒரு குரூப்புக்கு மட்டும். அதில் பல டிவிஷன்கள் இருந்தன.

சரசம்மாவின் தெளிவான ஆங்கில உச்சரிப்பு சூசனை ஆச்சரியப்படுத்தியது. இது தொடர்பான கேள்வியை நேர்காணலின் நேரம் கருதி தனக்குள் வைத்துக்கொண்டு சூசன் வேறு தடம் பற்றிச் சென்றாள்.

சூசன் : உங்கள் குழந்தைப் பருவம் மிகவும் சந்தோஷம் நிறைந்ததாக இருந்ததா?

சரசம்மா : எங்கப்பா சிங்கப்பூரில் பள்ளிக்கூடப் பிரின்சிபாலாக இருந்தார். அங்கேதான் நான் பிறந்தேன். சைனாக்காரர்கள், தமிழர்களிடையேதான் என் படிப்பு துவங்கியது. பள்ளியில் சீனமொழி கொஞ்சம் படித்தேன். இப்போது நினைவில்லை. யுத்தம் வருவதற்கு முன்னதாக நாங்கள் இந்தியாவிற்கு வந்தோம். நானும் அம்மாவும் தம்பியுமாக நாகப்பட்டினத்தில் வந்திறங்கினோம். அப்போது எனக்கு பத்து வயது.

சூசன் : அரசியல் பிரவேசம் என்பது கீலோரி கோபாலனைத் திருமணம் செய்ததற்குப் பிறகா?

சரசம்மா : ஆமாம். அதற்கு முன்பும் நான் லெஃப்டிஸ்ட்டுதான். ஸ்டூடன்ஸ் ஃபெடரேசன். நான் பம்பாயில் பி.ஏ. முடித்தேன். அப்போதுதான், அகமதாபாத் மில் தொழிலாளிகளின் வேலைநிறுத்தம் ஆரம்பித்தது. சில மாதங்களாக நீடித்தது அந்த வேலை நிறுத்தம். மில் காலனி முழுக்க பட்டினியின் அதீதக் கொடுமை. நாங்கள் கொஞ்சம்பேர் பம்பாயிலிருந்து அகமதாபாத்துக்கு வாலண்டியர்ஸ் ஆகப் போயிருந்தோம். அங்கேதான் கீலோரி கோபாலனை முதன்முதலாகப் பார்த்தேன். அவர் பம்பாயில் ஒரு ட்ரேடு யூனியனில் செகரட்டரியாக இருந்தார். எங்களுடைய ஒன்றரை வருடப் புரிதலுக்குப் பிறகு திருமணம் செய்துகொள்வது என்று முடிவு செய்தோம். யூனியன் ஆபிஸில் நடந்த அந்த எளிய திருமணத்திற்கு ஏ.கே.ஜி., டாங்கே எல்லாம்கூட வந்திருந்தார்கள்.

சூசன் : ஏ.கே.ஜி., டாங்கே?

சரசம்மா : அவங்க ரெண்டுபேரும் பெரிய கம்யூனிஸ்ட் தலைவர்கள். உனக்கு இதெல்லாம் தெரியாதில்லையா?

டிவி நிகழ்ச்சிகளில் சிரித்த முகத்தை மட்டுமே காண்பித்திருந்த சூசன் இந்தக் கேள்விக்குண்டான முகபாவத்தை வெளிக்காட்டாமல் மறைத்துக் கொண்டாள்.

சூசன் : எப்போது கேரளாவிற்கு வந்தீர்கள்?

சரசம்மா : 1964ல். கட்சி பிளவுபடத் தொடங்கியிருந்தது. சைனாவும், ரஷ்யாவுடன் முரண்பட ஆரம்பித்திருந்தது.

சூசன் : கட்சி பிளவுபடும் நேரத்தில் ஏன் கேரளாவுக்கு வந்தீர்கள்?

சரசம்மா : கீலோரிக்கு மலபார் பகுதிகளில் கட்சி கட்டச் சொல்லி மேலிடத்திலிருந்து உத்தரவு வந்தது. கேரளாவின் அரசியல்வாதிகள் எல்லோரும் வலதுசாரிகளாக இருந்தார்கள். இந்தப் பக்கம் ஏ.கே.ஜி மட்டும் இருந்தார். அப்போது இ.எம்.எஸ். எங்கும் போகாமல் தனியாக நின்றுகொண்டிருந்தார். கேள்விப்பட்டிருக்கியா இ.எம்.எஸ்.?

சூசன், சரசம்மாவின் கேள்வியில் இழையோடிய கிண்டலை அலட்சியப்படுத்தினாள்.

சூசன் : பிறகு? கீலோரி கட்சித் தலைமையுடன் உடனே முரண்பட்டாரா?

சரசம்மா : ஆமாம். கட்சி பிளவுபட்டபோது அது ஒரு களையெடுத்தல் என்றுதான் நாங்கள் நம்பினோம். ஆனால் எல்லாம் பழைய மாதிரியே இருந்தது. தேர்தல் சமயத்தில் மட்டுமே அரசியல் பணி. அப்போதுதான் பெங்காலில் நக்சல்பாரி இயக்கம் துவங்கியது. ஆயுதப் புரட்சி மீண்டும் அஜெண்டாவுக்கு வந்தது. கீலோரி கல்கத்தாவுக்குப் போய்விட்டார்.

(கல்கத்தா நகரத்தின் இடுக்கானதெரு. காளிக்கோயிலிருந்து திரும்புபவர்களின் நெற்றியில் பயமுறுத்தும் குங்குமப் பொட்டுகள். ஒரு பழைய வீட்டின் குறுகிய கதவின்வழி பார்த்தபோது இருட்டு நிறைந்த அறையில் சட்டென மின்னி மறைந்த வீடியோ லைட்டில் மார்க்ஸ், லெனின், எங்கல்ஸ் ஆகியோரின் கண்ணாடி போட்ட புகைப்படங்கள் தெரிந்தன. அதன் கீழே கயிற்றுக்கட்டிலில் படுத்திருந்த பெரியவர் வெளிச்சம் தன் மேலே பட்டதில் சட்டென எழுந்தார்.)

பெரியவர் : வாங்க, நான்தான் விஸ்வதீப் சன்யால். நக்சல் இயக்கத்தின் முக்கியப் பத்திரிகையான லிபரேஷனில் ப்ரூப் ரீடராக வேலை செய்தேன். ஹௌராவில் ரயில் இறங்கிய கீலோரி கோபாலன் நேராக லிபரேஷன் ஆபீசுக்குத்தான் வந்தார். கீலோரியைத் தங்கவைக்கும் பொறுப்பு என்னுடையதாயிற்று. சுமார் ஒரு மாதம் தோழர் என்னோடு தங்கியிருந்தார்.

சூசன் : கீலோரி எதற்காக வந்தார்?

சன்யால் : பெங்காலுடன் கூட்டணி அமைக்க. இரவு முழுவதும் சின்னச்சின்னக் கட்டுரைகள் படித்து மலையாளத்தில் மொழிபெயர்ப்பு செய்வார். நக்சல்பாரியில் சிறிது காலம் கனு சன்யாலுடன் இருந்தார். கீலோரியை எல்லோருக்கும் பிடிக்கும். ஆறேகாலடி உயரம். பயில்வானின் உடம்பு. டிராம் வண்டியில் பயணம் செய்தால் 'அய்யா உக்காருங்க' என்று இடம் கொடுத்துப் பயணிகள் எழுந்து நிற்பார்கள்.

சூசன் : மறுபடியும் கீலோரி வந்திருந்தாரா?

சன்யால்: 1968ல். அதற்குள்ளாக பெங்கால் பற்றி எரியத் தொடங்கி இருந்தது. பிரசிடென்சி கல்லூரி முழுவதும் எங்கள் வசம் இருந்தது என்றால் பாருங்களேன். கீலோரியைக் கட்சித் தலைமை கடுமையாக விமர்சிக்க ஆரம்பித்தது. கேரளாவில் கட்சி ரீதியான செயல்பாடுகள் குறைகிறதென்றும், கலை இலக்கியம் மட்டுமே நன்றாக வளர்ந்திருக்கிறதென்றும் குறைப்பட்டுக் கொண்டது. கீலோரி, தலை குனிந்தபடிதான் அந்த முறை திரும்பிப்போனார்.

சூசன் : பிறகு கீலோரி எமர்ஜென்சி காலத்தில்தான் கடைசியாக வந்தாரா?

சன்யால் : ஆமாம். 1976ல். அதற்குள்ளாக எங்களால் அங்கே தங்க முடியாமல் போனது நிலைமை. பலரும் சிறையில் அடைக்கப்பட்டோம். பலர் இறந்திருந்தார்கள். பலரையும் கொன்று இருந்தார்கள். கீலோரியும், மனைவியும், கேரளாவிலிருந்து தப்பித்து இங்கு வந்திருந்தார்கள். கேரளாவில் அவர்களுக்குப் பாதுகாப்பு இல்லாமல் இருந்தது. கூடவே கீலோரிக்கு கேன்சரும் வந்திருந்தது. அவர்களை ஆதரிக்கக் கட்சி மட்டுமல்ல, ஒரு கட்சிக்காரன்கூட இல்லாமலிருந்ததுதான் பெரும் துயரம். கடைசிக் காலத்தில் கீலோரி, தன் மனைவியுடன் டம்டம்மில் சொந்தக்காரர் ஒருவரின் வீட்டில் தங்கினார்.

சூசன் : அந்த வருஷம்தான் கீலோரி இறந்துபோனாரா?

சன்யால் : ஆமாம். ராஷ்பீஹாரி அவென்யூவுக்குப் பக்கத்தில் உள்ள மயானத்திற்குக் கீலோரியின் உடலைக் கொண்டு வருவதைப் பக்கத்திலிருந்த பெட்டிக்கடையில் நின்றுகொண்டு நான் பார்த்தேன். தோழர் கீலோரி மிகவும் ஒடுங்கிப்போயிருந்தார். தேகத்தைத் தோளில் சுமந்தபடி நடந்துபோன கூலிக்காரர்கள் தவிர்த்து அவருடைய மனைவி மட்டுமே உடன் நடந்துபோய்க்கொண்டிருந்தார். அன்று மயானத்தின் அருகில் உள்ள பெட்டிக்கடைகளிலும், பூக்கடைகளிலும் பெங்காலின் கட்சிக்காரர்கள் நின்றிருந்தார்கள். அவர்கள் பரஸ்பரம் கண்களால்கூட தங்களைக் கோர்த்துக்கொள்ளவில்லை. கனத்துப்போன மனதுடன் ‘லால் சலாம்’, ‘லால் சலாம்’ என்று மட்டுமே மந்திரம் ஜெபிப்பதுபோலச் சொல்லிக்கொண்டிருந்தார்கள்.

சூட்டிங்கின் இடைவேளை.

சரசம்மா சோர்வடைந்திருந்தார். மேக்கப்மேன் மீண்டும் சரசம்மாவின் முகத்தில் சிறிது ஒப்பனைச் செய்தான். கேமராமேன் கேசட்டை மாற்றிப் போட்டான். நீலிமா சமையலறையிலிருந்து டீயுடன் வெளியே வந்தாள்.

"அம்மா சோர்ந்து போயிட்டீங்களா?" என்று கேட்ட சூசன், தொடர்ந்தாள். "நீலேஸ்வரம் போலீஸ் ஸ்டேஷன் ஆக்கிரமிப்பு பற்றிச் சொல்லுங்களேன். அதோடு இன்றைய சூட்டிங்கை முடிச்சிக்கலாம்."

சரசம்மா : நீலேஸ்வரம் போலீஸ் ஸ்டேஷனை முற்றுகையிட்டது முழுவதும் பெண்கள்தான். அங்கேயிருந்த எஸ்.ஐ. கேளு நம்பியார் மகாதுஷ்டன். பெண்களை இம்சிப்பதில் அவனை மிஞ்ச ஆள் இல்லை. வர்க்க எதிரியை, வர்க்க எதிரியை வைத்தே சாகடிப்பது என்பதுதான் அன்றைய எங்களுடைய திட்டம். ஆனால் கேளு நம்பியார் எப்படியோ தப்பிச்சுட்டான்.

(பகல். கடல் அலைகள் பேக்கல் கோட்டையை ஓங்கி ஓங்கி அறைந்துகொண்டிருந்தன. சிறிது தூரத்தில் சத்தமிடாமல் ஓடும் நீளமில்லாத ரயில் வண்டி. எறும்புகள் அரித்த முந்திரிப் பழங்கள் மணலில் இறைந்து கிடந்தன. மணலில் இருந்து பிரிந்த சாலையின் முடிவில் காணப்பட்ட அந்த வீட்டின் வாசல் கதவுகள் திறந்து கிடந்தன. கதவினூடாகப் பார்த்தால், சினிமா செட்டுக்காகப் போடப்பட்டதுபோல அமைந்திருக்கும் பரம்பரை வீடு. திண்ணையருகில் சாய்வு நாற்காலியில் அமர்ந்திருக்கும் முதியவரின் கண்ணாடிக்கு, தூரத்திலிருந்து வருபவர்களைக் கண்டுபிடிக்கச் சிறிது சிரமமிருந்தது. வந்தவர்களைக் கவனமாய்ப் பார்த்த சில நொடிகளின் முடிவில்தான் அவருடைய முகபாவம் மாறியது.)

முதியவர் : ம்.. நான்தான் கேளு நம்பியார். நீலேஸ்வரத்தின் பழைய சப்-இன்ஸ்பெக்டர்.

சூசன் : அன்று இரவு என்னதான் நடந்தது?

கேளு நம்பியார் : அமாவாசையாக இருந்ததால் ரோந்துப் பணியை உஷாராக்கியிருந்தோம். எல்லோரும் வெளியே

போய்விட்டதால் ஸ்டேஷன் முக்கால்வாசி காலியாகவே இருந்தது. நானும் ஒயர்லெஸ் ஆபரேட்டரும், ஒரு செக்ஷன் மலபார் ஸ்பெஷல் போலீஸ் மட்டுமே இருந்தோம். சட்டென கரண்ட் போனது. நான் ராந்தல் கொளுத்துவதற்குள் ஸ்டேஷன் வாசலில் பெருங்கூச்சல். மங்கலாபுரம் சந்தையிலிருந்து வரும் அடிமாடுகள் ஸ்டேஷன் வாசலுக்கு ஏறி வருகின்றன. அவை வழிதவறி வந்துடுச்சோன்னு நெனச்சு விரட்டுவதற்காக வெளியே வந்தபோதுதான் பெண்கள் அரிவாளும்,கத்திகளுமாகக் கத்தியபடி ஏறி வந்தாங்க. உடனே வயர்லெஸ்ஸில் பேசி தகவல் கொடுக்க நினைத்தேன். ஆனால் அதற்குள் வந்தவர்கள் ஒயர்லெஸ்காரனைக் கொன்றிருந்தார்கள்.

சூசன் : சரசம்மா முன்னாடி இருந்தாங்களா?

கேளு நம்பியார் : ஆமாம். காக்கி யூனிபார்ம் அணிந்தபடி, அவங்கதான் முன்னாடி வந்தாங்க. அன்னைக்கு அவங்கபேரு எனக்குத் தெரியாது. நொடிக்குள்ளாகவே பெண்கள் துப்பாக்கிகளைக் கைப்பற்றியிருந்தார்கள். பிறகென்ன? யோசனையும் இலக்குமில்லாமல் சுட்டதில், இரண்டு மூன்று போலீஸ்காரர்கள் இறந்துபோனார்கள். சரசம்மா அடிக்கடி எங்கே கேளு நம்பியார்? எங்கே அந்த பொம்பள பொறுக்கி நம்பியார்? என்று கேட்டபடி இங்கும் அங்கும் ஓடி என்னைத் தேடினார்கள். நான் ஸ்டேஷனில் பின்னால் ஸ்டோர் ரூமில் பதுங்கியிருந்தேன். அங்கேயும் ஒரு பெண் என்னைப் பின்தொடர்ந்து வந்து அரிவாளால் வெட்டினாள். நான் இறங்கி ஓடிவிட்டேன்.

சூசன் : பிறகு...

கேளு நம்பியார் : பிறகென்ன? நான் முடமானேன். பத்திரிகைகள் என்னை இந்தியா முழுவதும் வில்லனாக்கிச் செய்தி வெளியிட்டது. சரசம்மா பெரிய மனுஷியாகிவிட்டாள், ஜான்சிராணிபோல. வயசாவதற்கு முன்பே அரசாங்கம் பென்ஷன் தந்து என்னை வீட்டிற்கு அனுப்பிவிட்டது. சரசம்மா எர்ணாகுளத்தில் தன் மகளோடு ஒரு பெரிய பங்களாவில் சுகமாக வாழ்கிறாள் என்று கேள்விப்பட்டேன்.

(காஞ்சாங்காடு என்ற இடத்தில் ஒரு வீட்டின் திண்ணையில் பீடி சுற்றும் சில வயதானவர்கள்.)

யசோதாம்மா : அந்தக் கேளு நம்பியார் மகாதுஷ்டன். மக்களூர் கணேஷ்பீடி கம்பெனி பூட்டி, எல்லோரும் பட்டினி கிடக்கும்போது அவன் வந்து, நான் சொல்ற மாதிரி கேட்டா பட்டினி கிடக்கவேண்டி வந்திருக்காதில்ல என்று எங்களை உசுப்பிவிடுவான்.

சூசன் : சரசம்மா எப்போது இங்கத் தங்க ஆரம்பிச்சாங்க?

ஜானகியம்மா : பீடிக் கம்பெனியில ஸ்டிரைக் ஆரம்பித்தபோது அம்மா அடிக்கடி இங்க வருவாங்க. செருப்பும், குடையும்கூட அவங்ககிட்ட இருக்காது. ராத்திரியும் பகலுமா அவங்க எங்களுக்கு மாவோவைப் பற்றி கதைகதையாய்ச் சொல்வார்கள்.

விலாசினியம்மா : குழந்தைகளுக்கு அம்மாவை மிகவும் பிடிக்கும். அவங்க குழந்தைகளை கூட்டி வைத்து எப்போதும் பேசிக் கொண்டிருப்பார். கொஞ்சம் கைவைத்தியமும் எங்களுக்குக் கற்றுக் கொடுத்தாங்க.

சூசன் : கேளு நம்பியாரைக் கொல்லவேண்டும் என்று சரசம்மாதான் சொன்னார்களா?

ஜானகியம்மா : கேளு நம்பியாரை யாருக்கும் பிடிக்காது. நாங்கள் அவனைப் பார்த்ததேயில்லை. காது நிறைய முடியுடன் பாத்தாலே அருவெறுப்பா இருப்பான்.

வயதானவர்கள் உரக்கச் சிரித்தார்கள். அவர்களின் சிரிப்பிலிருந்த வெட்கத்தைச் சூசன் ஆச்சரியத்தோடு பார்த்தாள்.

ஜானகியம்மா : இந்த விலாசினியுடைய மூத்த மகள் ஒரு நாள் ஓட்டு கம்பெனி வேலையை முடிச்சிட்டு வரப்பில நடந்து வந்துகிட்டிருந்தா. அவ்வளவுதான் தெரியும். இன்னைக்கு வரைக்கும் அவ வீட்டுக்கு வரவேயில்லே. கேளு நம்பியாரை அந்த வழியில் பார்த்ததாக சாமியாடி தெய்யுண்ணி சொன்னான். நம்பியார் விஷயம் முடிஞ்சதும் அவளைக் கொன்னுட்டான். ஸ்டேஷனை முற்றுகையிட்டு கொளுத்தணும்னு அன்னக்கி தீர்மானம் எடுத்ததுதான். ஆனால் அமாவாசை வரைக்கும் காத்திருக்கலாம் என்றும், நாமே போயி அவனைக் கொல்லலாம் அதுதான் சரியான அரசியல் என்றும் அம்மாதான் சொன்னாங்க.

விலாசினியம்மா : நாலைந்து இரவுகள் நாங்கள் நாடக ஒத்திகை பார்ப்பதுபோல ஸ்டேஷன் முற்றுகையைச் செய்து பார்த்தோம். பழைய மிலிட்டரி ஆட்கள் எங்களுக்குத் துப்பாக்கிச் சுடக் கற்றுக் கொடுத்தார்கள்.

சூசன் : சம்பவம் முடிந்தவுடன் சரசம்மாவை அரெஸ்ட் பண்ணிட்டாங்களா?

ஜானகியம்மா : ஆமாம். நாலாம் நாள் யாரோ தகவல் கொடுத்துட்டாங்க. அம்மாவைப் பிடித்து ஜீப்பினுள்ளே தள்ளும்போது சீட்டுக்குக் கீழே நான் உட்கார்ந்திருந்தேன். அம்மா என்மேலேதான் வந்து விழுந்தாங்க. அப்பவும் 'சாரி'ன்னு சொல்லிச் சிரிச்சாங்க.

சூசன். பிறகு என்னாச்சு?

ஜானயம்மா : பிறகு எங்களைப் போலீஸ் கேம்ப்புக்கு கொண்டு போனார்கள். அங்கே போனபோதுதான் தோழர் கீலோரியையும் அரெஸ்ட் பண்ணது எங்களுக்குத் தெரிய வந்தது. சரசம்மாவைப் போலீஸ் மேஜைமேல் ஏற்றி நிற்கவைத்து அடித்து, புடவையையும் மற்ற துணிகளையும் அவிழ்த்து ஃபோட்டோ எடுத்தார்கள். லத்தியால் போலீஸ்காரரர்கள் அந்த அம்மாவைச் செய்யாதது ஒன்றும் பாக்கியில்லை. மூன்று நாட்கள் நிர்வாணமாக கேம்ப்பில் அம்மா நொண்டி நொண்டிக்கொண்டு நடந்தார்.

சூசன் : ம்.. ம்...

ஜானகியம்மா : ஒரு வருஷம் அவங்க கண்ணனூர் ஜெயில்ல இருந்தாங்க. கீலோரிக்குக் கான்சர் முற்றியபோது, அவங்க ரெண்டு பேரையும் ஒரு மாசம் பரோலில் விட்டாங்க. பிறகு அவங்க பரோலிலிருந்துத் தப்பித்து கல்கத்தாவுக்குப் போயிட்டாங்க என்பதைத்தான் கேள்விப்பட்டோம். கீலோரி அங்கதானே செத்தார்?

வழக்கம்போல, படங்களை ஒன்றிணைப்பது என்பது கடவுளின் கிருபையோடு செய்யவேண்டிய வேலையென்றும், வாழ்வின் நிகழ்வுகளைச் சீட்டுக்கட்டுபோல கலைத்துவிடத் தெய்வத்திற்குமட்டுமே அதிகாரம் இருக்கிறது என்றும் சூசனுக்குத் தோன்றியது. அவள் எடிட்டிங்கில் தேவையில்லாதக் காட்சிகளை

வெட்டினாள். டி.வி. குளோசப் மட்டுமே பிரியப்படும் ஒரு ஊடகம்தானே!

காலிங் பெல்லுக்குக் கீழே இளஞ்சிவப்பு நிற நகப்பூச்சுடன் கூடிய விரல்.

ஓலைப்பாயில் தரையில் உட்கார்ந்து பைஜுவுடன் விளையாடும் சரசம்மா.

காளிக்கோயில் மணிகள். மார்க்ஸ், லெனின், எங்கல்ஸ் ஆகியவர்களின் படங்கள். அதற்குக் கீழே கயிற்றுக் கட்டிலில் படுத்திருக்கும் விஸ்வதீப் சன்யால்.

கண்கள் வலித்தபோது சூசன் எழுந்து நின்றாள். அவள் கேமராமேன் நரேஷிடம் " படம் எடிட்டிங்கில் சரியா வரலை" என்றாள்.

"ஏன்? நல்லாயிருக்கே.என்ன வாழ்க்கைப்பா அந்த அம்மாவோடது?"

"அதில்லை. தொடக்கம் சரியா வரமாட்டேங்குது. படத்தில் வேகம் பத்தல. பார்வையாளர்கள் சேனல் மாத்திடுவாங்க."

நரேஷ் கொஞ்சநேரம் யோசித்தபடியிருந்தான்.

"நாம பேக்கல்கோட்டை கடலிலிருந்து தொடங்கினா எப்படியிருக்கும்? கடல் சப்தத்திற்கு இன்னும் அதிகமாக சவுண்ட் குடுக்கலாம். நிறத்தையும் டார்க் பண்ணலாம்."

கண்மூடி யோசித்த சூசன் சட்டென பிரகாசமானாள். "அதுவும் சரிதான்.குழந்தையை விளையாட வைக்கும் சரசம்மாவைக் கடைசி பிரேமில் காமிக்கலாம்."

சூசனின் கைவிரல்கள் கம்ப்யூட்டர் கீபோர்டில் ஓடிவிளையாடியது. சம்பவங்களின் கூட்டநெரிசலில் தள்ளப்பட்ட சூசன் தன் இரவினை அங்கே தொலைத்திருந்தாள்.

குளியலறையிலிருந்துச் சுத்தமான ஆடை அணிந்து வந்த சரசம்மாவைப் பார்த்து நீலிமா சிரித்தபடி கேட்டாள்.

"அம்மா இந்த ராத்திரியில எங்கே போறீங்க?"

"எங்கயும் போகல, சும்மாதான்."

"எனக்குத் தெரியும். டி.வி. பாக்கத்தானே. இன்னைக்குக் கரண்டு போகாமல் இருந்தால் போதும்."

சரசம்மா டி.வியின் முன்னால் மௌனமாய் அமர்ந்தாள். சிறிதுநேர இடைவெளிக்குப்பின் நீலிமாவிடம் சொன்னாள்.

"நீ பைஜுவைத் தூக்கிக்கிட்டு மாளும்மாவின் வீட்டுக்குப்போய் டி.வி. பாரு. எனக்குத் தனியா உக்காந்து பாக்கணும்னு தோணுது."

நீலிமா போனவுடன் சரசம்மா வீட்டின் ஒவ்வொரு அறைக்கும் சென்று விளக்கை அணைத்தாள். கடைசியாக டி.வியின் திறந்து கிடந்த கண்கள் மட்டுமே ஒளிவிட்டபடி இருந்தன. ஒளி அதிகமாகும்போது சுற்றிலும் இருப்பவை எல்லாம் அந்த ஆழ்ந்த நிறத்தைப் பிரதிபலித்தன. டி.வி.யில் கடலலைகளின் ஆக்ரோஷ சப்தம். பேக்கல்கோட்டை.

காளைகளின் குளம்படி

பெண் குரல் : "எங்கே கேளு நம்பியார்?"

சட்டென எல்லாம் மௌனமானது. சூசன் தன் மெல்லிய குரலில் சரசம்மாவை அறிமுகப்படுத்தினாள். பம்பாயில் யூனியன் ஆபீஸின் குறுகிய அறையில் சரசம்மா கீலோரி தம்பதிகளின் பழைய திருமணப் புகைப்படம். பக்கத்தில் சிரித்தபடி நின்றுகொண்டிருக்கும் ஏ.கே.ஜி.

அன்று இரவு கீலோரி சொன்னது சரசம்மாவுக்குச் சட்டென நினைவில் வந்தது. ஏ.கே.ஜி. நல்ல மனுஷன். கட்சியில் சேருவதற்கு முன்னால் பள்ளிக்கூட வாத்தியாராக இருந்தார். அவர் எப்போதும் பிள்ளைகளை அடிப்பார். அடித்தபிறகு அவருக்கு அதிகமான குற்ற உணர்ச்சி ஏற்படும். மாலையில் கிரவுண்டுக்கு புட்பால் விளையாட ஏ.கே.ஜி. போவார். தான் அடித்த பிள்ளைகள் பந்துடன் முன்னேறும்போது, ஒரு ஃபவுல் மட்டுமாவது வாங்கிக் குற்ற உணர்ச்சியைத் தீர்த்துக் கொள்வதற்காக அவர்களுக்கு முன்னால் போய் நிற்பார். சரசம்மா டி.வி. பார்க்கவில்லை. கீலோரியைக் கட்டிப்பிடித்தபடி சிரித்ததை நினைத்து கண்மூடி அமர்ந்திருந்தார். டி.வி.யில் திடீரென பைஜுவின் அழுகை கேட்டபோது சரசம்மா மீண்டும் பாட ஆரம்பித்தார்.

ஆராரோ ஆராரோ
என் மகனே அழாதே அழாதே
அழகு செல்லம் அழாதே
கட்டி வெல்லம் அழாதே
ஆராரோ ஆராரோ.

பைஜு அழுகையை நிறுத்தினான். ஃப்ளாட்டின் பால்கனிக்கு அந்தப்பக்கம் வானத்திற்கும் கடற்கரைக்கும் எதிராக பைஜுவின் எச்சில் ஒழுகும் சிரிப்பு குளோசப்பில். கொச்சினின் விமான நிலையத்தில் இருந்து ஒரு விமானத்தின் முனை பளபளத்தபடி உயர்ந்தது.

சூசனின் விளக்கம் : இந்த அற்புத நிமிடத்தை எட்டுவதற்குத்தான் சரசம்மா வாழ்ந்தார்கள். தன் மகள் மற்றும் பேரனுடன் தொல்லையில்லா வாழ்வின் மாலை வேளைக்காக. குழந்தை பைஜு பாக்கியவான். மற்ற பிள்ளைகள் யாரும் கேட்க முடியாத பல கதைகளைத் தன் அம்மம்மாவிடமிருந்து அவன் கேட்க முடியும்.

இது சேனல் ஃபோர் நிகழ்ச்சி. சேனல் ஃபோருக்காக, தி டிவி பீப்பிள், நியூ டெல்லி தயாரித்தது.

காமிரா	:	நரேஷ்மோகன்
உதவி	:	வீரேந்தர் கன்னா
சந்திப்பு	:	சூசன் மாத்தன், சுனில் டண்டன்
இசை	:	லூரயி பாங்க்ஸ்
ஒலி அமைப்பு	:	கீதா கன்னா, அன்ஷுமான், அகர்வால்.
தயாரிப்பு	:	சூசன் மாத்தன்
நன்றி	:	சரசம்மா கீலோரி, நீலிமா கீலோரி. பி.கே.ராவ் ஐ.பி.எஸ், எஸ்.பி. காசர்கோடு, கேரள அரசின் உள்துறை, கல்கத்தா முனிசிபல் கார்ப்பரேஷன், தினேஷ் பீடி கூட்டுறவு சங்கம், கேளு நம்பியார், விலாசினியம்மா மற்றும் ஜானகியம்மா...

ஒழுகி ஒழுகிப்போகும் பெயர்களின் மாயத்தில் ரிமோட்டை உபயோகப்படுத்தி டி.வியை நிறுத்த முடியாமல் உட்கார்ந்திருந்தார் சரசம்மா.

❐

ஹுமாயூனின் கல்லறையில்

யா தேவி சர்வபூதேஷு வ்ருத்தி ரூபேண ஸம்ஸ்தித...*

சுரேஷ்மாத்தன் வழக்கம்போல ஐந்தரை மணிக்கு பகலுறக்கத்திலிருந்து எழுந்தார். மத்தியான உறக்கத்தின் கனவுகளில் யதார்த்தம் அதிகம் கலந்திருக்கும். அதனால் அவர் தூங்கி எழுந்தபோது உலகத்தோடு அதிக பரிச்சயமின்மை தோன்றவில்லை. மனைவி அன்னா கொண்டு வந்த காபியில் உமிழ்நீரின் மிருதுவான உப்பு கலந்து குடித்தபிறகு சுரேஷ் மாத்தன் வீட்டின் பின் பக்கத்திற்கு நடக்கத் தொடங்கினார். அங்கேயிருக்கும் தனிமையில் முதியவனாய் சுவரில் சாய்ந்து நிற்க அவருக்கு வெறுப்பு தோன்றியதே இல்லை. பிறகு நீண்ட சிறுநீர். சிறுநீர் கழிக்கும்போது எப்போதும் போல அவருக்கு அந்த சிரிப்பு ஞாபகத்துக்கு வந்தது. மத்தியானம் குடித்த பியருக்கும் இந்த கமோடுக்கும் நடுவில் உள்ள தொடர்பு மட்டும்தான் தனக்கிருக்கும் இந்த உடல் என்று தோன்றியது.

உடல்: மாத்தன் இப்போதெல்லாம் உடல் உறுப்புகளைப்பற்றியும் அதன் பயன்பாடுகள் பற்றியும் அதிகமாக யோசிக்க ஆரம்பித்திருந்தார். அறுபத்தி ஐந்து வருடங்களாக அதீதப் பிரியத்துடன் தன்னுடன் இருக்கும் உடலிலிருந்து பல உறுப்புகள் விமோசனம் தேடியும் போயிருக்கின்றன. உதாரணத்திற்கு சுண்டு விரல்கள். எல்லா விரல்களைவிடவும் சுண்டு விரல்களை மாத்தன் அதிகம் நேசித்திருந்தார். சொல்லிக் கொள்கிறமாதிரி எந்தப் பிரயோஜனமும் இல்லாத இந்த விரல்கள் வளர்ப்புப்பிராணிகள் போல பிரியம் மட்டுமே காட்ட உகந்தவையாக அவருக்குத் தோன்றும்.

---

* ஜீவனோபாயம்

வயோதிகத்தின் அறிவிப்பை காலம் முதலில் சொன்னது கண்களிலாக இருந்தது. பார்வை மங்கத் தொடங்கியபோது காலம் தன்னை விழுங்க ஆரம்பித்துவிட்டது என்ற புரிதலை விடவும் அவரை வேதனைப் படவைத்தது என்னவென்றால், தொலைக்காட்சி இயக்குநரான சூசனின் நிகழ்ச்சிகளைச் சரியாகப் பார்க்க முடியவில்லையே என்பதுதான். தனக்கு ஏற்பட்ட கண்புரையினூடாக தான் அவளை கைவிட்டுவிட்டோமோ என்று அவருக்குத் தோன்றியது. சூசன் அதற்குள்ளாக பார்வைக்கு அப்பாற்பட்டுப் போயிருந்தாள். அவள் சிந்தனை முழுவதும் காட்சிகளில் இருந்து காட்சிகளுக்கு மட்டுமே போய்க் கொண்டிருப்பதாய் மாத்தன் யூகித்தார். ஒருநாள் சுயமாய் தைரியத்தை வரவழைத்தபடி சூசனிடம் சொன்னார்.

"பார்வை மங்கிப்போனது ஒருவிதத்தில் பார்த்தால் நல்லாத்தான் இருக்கு."

"எந்த விதத்தில்?"

"பார்வை மங்கினால் யோசனை கூடும். இனி ஒவ்வொண்ணா யோசிச்சுகிட்டிருக்கலாமே."

"ரிட்டயர்டு ப்ரிகேடியர்கள் சிந்தனையாளர்களாய் பேரெடுக்கவில்லையே டாடி." சூசனும் சிந்தித்தபடியே சொன்னாள்.

ஒன்றும் பதில்பேசாமல் எழுந்துபோய் பெர்முடாசும் வெள்ளை டீ சர்ட்டும் அணிந்து மாத்தன் முழுநீள கண்ணாடியின் முன்பாக நின்றார். பிறகு அவர் தன்னை ஒரு பொருளாக பாவித்து, மற்றவர்களின் கண்களின்மூலம் அவரைப் பார்த்துக்கொண்டார். அவருடைய கால்கள் இளமையானவைதான். தோலில் ஏற்படும் லேசான பளபளப்பு வெயில் படுவதால் ஏற்படுகிறது என்றுகூடச் சொல்லலாம். இவருடைய கண் ஓரங்களை மட்டும் விட்டுவிட்டால் முகத்தில் வேறு எங்கும் சுருக்கங்களே கிடையாது. கறுப்பு முடிகளுக்கிடையில் மின்னும் நரைத்த ரோமங்களுக்கு இளநரையின் அந்தஸ்து இருப்பதாகவே மாத்தன் எப்போதும் நினைப்பார்.

அதற்குள்ளாக வெள்ளைக் காலுறைகளை நாற்காலியின் கைப்பிடியில் அன்னா வைத்துவிட்டுப் போயிருந்தாள். தொலைக்காட்சி இயக்கம் குறித்து அமெரிக்காவில் படிப்பை முடித்துவிட்டு சூசன் வந்தபோது வாங்கிக்கொண்டு வந்த ஜாகிங்

ஷீவை மாத்தன் கையிலெடுத்தபோது அதன் மிருதுத்தன்மை அவரை ஆச்சர்யப்பட வைத்தது. பழைய காலத்தில் சிற்பங்கள் செதுக்கும் அதே சிரத்தையோடு இப்போது காலணிகளைச் செய்கிறார்களோ என்று அவருக்குத் தோன்றியது.

"சூசன் நீ இந்த ஷீவை எவ்வளவு விலை கொடுத்து வாங்கினாய்?"

அமெரிக்காவிலிருந்து வந்தவுடன் சூசன் கொடுத்த பரிசுப்பொருளைப் பிரித்துப் பார்த்தபடி மாத்தன் கேட்டார்.

"ஏன் டாடி அதைக் கேக்கறீங்க?"

"சொல்லு மகளே, நீ படிக்கப் போனவள்தானே, கிடைக்கும் பணத்தைக் கஷ்டப்பட்டு சேத்துவச்சு அம்மாக்கும் எனக்கும் ஒவ்வொண்ணா ஏன் வாங்கிட்டுவர்றே?"

"உங்களுக்கு எப்போதும் காசு பத்தின நெனப்புதான்."

சூசன் பதில் சொல்வதிலிருந்து தப்பித்துக்கொள்ள நினைத்தாள். முப்பது ஆண்டுகளாய்க் கழித்த மிலிட்டரி வாழ்க்கை உரையாடல்களில் கூர்ந்து கவனம் செலுத்தும் பயிற்சியை அவருக்குக் கற்றுத் தந்திருந்தது.

"வாம்மா சொல்லு, நீ இதுக்கு எவ்வளவு பணம் கொடுத்தே. நூறு டாலரா? இருநூறு டாலரா?"

"அய்யோ அப்பா..."

"சொல்லும்மா"

"நூற்றி நாற்பது டாலர். போதுமா?"

இதைக் கேட்டு மாத்தன் சிறிது நேரம் அமைதியாக இருந்தபோது சூசன் சிரித்தபடியே கேட்டாள்.

"டாடி, டாலருக்கு எவ்வளவு ரூபா வரும்னு மனசில கணக்குபோட்டு பாக்கறீங்க அப்படித்தானே? சீ...சீ..."

சூசன் அவருடைய உள்மனதை வாசித்துவிட்டதில் அவருக்கு ஆச்சர்யம் ஏற்பட்டது. அதையும்கூடப் பட்டென சொல்லிவிடும் இந்தத் தலைமுறையை நினைத்து அவர் மேலும் ஆச்சர்யப்பட்டார்.

மாத்தன் அவருடைய அப்பாவின் சின்னச் சின்னத் திருட்டுத்தனங்கள் எல்லாவற்றையும் அறிந்திருந்தாலும் அதைச் சொல்வதற்குண்டான தைரியம் வந்ததில்லை. ஆனால் சூசன் மிகச் சரியாக அவர் மனதை வாசித்தாலும், அவள் தவறு செய்வதெல்லாம் தன்னை மிக வயதானவன் என்று நினைப்பதில் மட்டுமாக இருந்தது. குழந்தைகள் தங்கள் தகப்பன்களுக்கு ஒருபோதும் இளமையைத் தருவதில்லை. பிறந்தநாள் முதல் தானும் தன் அப்பாவை வயதானவராகவே பார்த்திருந்தது மாத்தனுக்கு ஞாபகம் வந்தது. அப்பாவுக்கு இருபத்தியெட்டு வயதானபோதுதான் அவர் பிறந்தார். அப்பா கடந்துபோன வயதுகளில் மாத்தன் வாழ நேர்ந்தபோதுதான் தன் வாழ்வின் அபத்தங்களை அவரால் உணர முடிந்தது. ஐம்பது வயதான அப்பா எவ்வளவு இளமையாக இருந்தார் என்பதைத் தன் ஐம்பதாவது பிறந்தநாளில் புரிந்துகொண்டார்.

மாத்தன் வீட்டிலிருந்து வெளியே வரும்போது இருட்டத் தொடங்கியிருந்தது. இது சாத்தான்களின் நேரம். யு.பி. ஜில்லாக் கலெக்டரின் மகனாகப் பிறந்த மாத்தன் மனசுக்குள் சொல்லிக்கொண்டார்.

"கோதூளி. சாத்தான்களின் நேரம்"

பல கலெக்டர்களுடைய டவாலியாக இருந்த ராம்பாலக் மாத்தனிடம் சொல்லியிருக்கிறார்.

"பசுக்கள் தொழுவத்திற்குத் திரும்பும் நேரம். தூசு கிளப்பிக்கொண்டு வானம் முழுக்கப் புகை மண்டலம்போல சூழ்ந்திருக்கும். சூரியன் மங்கலாய்த் தேய்ந்து மறையும்நேரம். நிழல்கள் படியாத இந்த நேரத்தில்தான் பேய்கள் வெளியில் வரத் தொடங்கும்."

அறுபது வருடங்களுக்குப்பிறகு அந்த வார்த்தைகள் சட்டெனக் கேட்டதுபோல இருந்தது. அது மாத்தனைப் பயமுறுத்தியது. வயதானவர்கள் இறப்பதற்கு முன்பு தன் குழந்தைப் பருவத்தைக்குறித்து யோசிப்பார்களே என்று அவர் நினைத்தார்.

"சுரேஷ் ரொம்ப நாளைக்குப்பிறகு நான் என் அப்பாவைக் கனவு கண்டேன்."

ஒரு நாள் அப்பா இப்படி சொன்னபோது சுரேஷ் மாத்தன்

ஒன்றும் பேசவில்லை.

"ஒன்றுமில்லை. நான் அப்ப சின்னக்குழந்தையாயிருந்தேன். ஒரு கோடை விடுமுறை. நாங்கள் வராப்புழை என்ற ஊரில் எங்கள் அம்மா வீட்டில் இருந்தோம். அங்கேயிருந்து படகில் எர்ணாகுளத்திற்கு வந்தோம். பேண்டு வாசிக்கும் இடத்தில் நின்று சிறிதுநேரம் போலீஸ் பேண்டுச் சத்தத்தைக் கேட்டோம். பிறகு சௌத் ரயில்வே ஸ்டேஷனிலிருந்து ரயிலில் ஆலுவா வந்தோம். அன்றிரவு அப்பாவுடைய மூத்த சகோதரியுடன் ஆலுவாவில் தங்கினோம்."

அப்பாவின் முகத்திலிருந்து வயோதிகம் நழுவிப்போவதை சுரேஷ் மாத்தன் பார்த்தார். பதிலாய் ஒரு மழலையின் முகம் தெளிவாகத் தெரிய ஆரம்பித்தது.

மறுநாள் நாங்கள் மலையாட்டூர் கோவிலுக்கு மலை ஏறிப்போனோம். அப்பாவின் சுண்டுவிரலைப் பிடித்தபடி நான் நடக்கிறேன். அந்த விரலில் படிந்த வியர்வை இப்போதும் என் நினைவில் ஈரமாய்க் கசிகிறது.

அன்று இரவு அப்பா உறக்கத்திலேயே இறந்து போனார். அதற்குப்பிறகு மாத்தன் தன்னுடைய குழந்தைப் பருவ நினைவுகளைத் திட்டமிட்டுக் கட்டுப்படுத்திக்கொண்டார்.

சுரேஷ் மாத்தனின் வீட்டுக்குப் பக்கத்தில்தான் ஹுமாயூனின் கல்லறை இருந்தது. அவர் அங்கே நடந்தார். தினமும் அவர் அதைச் சுற்றியுள்ள சரளைக் கற்களிலான பாதையில் பதினைந்து சுற்றுகள் நடப்பார். தாஜ்மஹாலின் அதே வாஸ்துசாஸ்திரம்தான் ஹுமாயூனின் கல்லறையிலும் பயன்படுத்தினாலும் சிவப்புக்கற்களால் கட்டப்பட்டிருந்ததால் அது ஒருவேளை புறக்கணிக்கப்பட்டிருக்கலாம் என்று தோன்றியது. கல்லறையில் மயில்பச்சை நிறத்தில் படர்ந்திருந்த பாசிகள் சுரேஷ் மாத்தனை வேதனைப்படுத்தியது. காரணம் ஹுமாயூன் எப்போதும் சூசனை ஞாபகப்படுத்தியபடி இருந்தான். குழந்தையாயிருந்த சூசனுக்கு டைபாய்டு வந்து சுயநினைவில்லாமல் பிதற்ற ஆரம்பித்தபோது, மாத்தனும் ஹுமாயூனின் தகப்பன் பாபரைப்போல கடவுளோடு ஒரு உடன்படிக்கை செய்துகொண்டார்.

"அல்லா. என் உயிரை எடுத்துக்கொள். என் மகனைக்

காப்பாற்று." பாபர் பிரார்த்தித்தார். அதையேதான் மாத்தனும் கேட்டார். ஆனால் இந்த முறை கடவுள் இரட்டைக் கனிவினைக் காட்டினார். மகளுக்கும் நோய் குணமானது. மாத்தனும் சாகவில்லை.

ரோட்டைக் கடந்து ஹஸ்ரத் நிசாமுதீன் ரயில்வே ஸ்டேஷனுக்கான வழியில் மாத்தன் நடந்தார். கல்லறைக்கான ஆர்ச்சின் முன்பாக மாத்தன் நின்றார். அதைச் சுற்றிலும் வெயில்கால திண்பண்டமான சோளத்தைச் சுட்டு விற்றுக் கொண்டிருந்தார்கள்.

ஆர்ச்சின் முன்னால் ஒரு அடி நீளத்தில் கட்டப்பட்ட முல்லைப்பூக்களை இறுகப் பிடித்தபடி பதினாறு வயதுள்ள ஒரு இளம்பெண் மாத்தனிடம் வந்து கண்களால் சிரித்தாள்.

"சாப், ஒரு முழம் பூ வாங்கிக்கோங்க சாப்"

"வேண்டாம்"

"ஒண்ணேயொண்ணு வாங்கி முழங்கையில் போட்டுக் கொண்டு நடந்தால் நல்லாயிருக்குமே சாப்."

"இந்த வயசிலயா?"

"வயசா? முப்பத்தியஞ்செல்லாம் ஒரு வயசா சார்?"

அவள் கிண்டல் செய்கிறாளா என்றறிய மாத்தன் அவள் முகத்தை நன்றாக உற்றுப் பார்த்தார். கன்னக்குழிகள் மலர நின்றிருந்த அவள் கண்கள் கிண்டல் பேசிப் பழகியிருக்கவில்லை. அவர் ஹுமாயூனின் கல்லறையைச் சுற்றியுள்ள பாதைக்கு நடந்தார்.

சூசன் அமெரிக்காவிலிருந்து கொண்டு வந்த ஷூவின் இடைவெளிகளில் மாட்டிக்கொண்ட சரளைக்கற்கள் இசையை சிதறியபடிச் சென்றன.

ஒரு சுற்று முடிந்தபோது மாத்தன் நடையில் வேகம் கூட்டினார். இது முப்பத்தைந்து வயதுக்காரனின் நடை. அவருக்கு முன்னால் நீலநிற ஜாகிங் உடையணிந்த ஒரு இளைஞனைப் பார்த்தார். மாத்தனின் மனதில் போட்டி மனப்பான்மை

உயர்ந்தது. அவர் கால்களை வேக வேகமாய் அடிவைத்து, பாதி ஓட்டமும் பாதி நடையுமாக அந்த இளைஞனைப் பின்னடையச் செய்தார். இரண்டடி முன்னால் போனதும் தலையைத் திருப்பி மாத்தன் அந்த இளைஞனைப் பார்த்து சிரிக்க மறக்கவில்லை. பூ விற்கும் பெண் தன்னுடைய நடையைப் பார்த்துக் கொண்டிருக்கலாம். நல்ல உடலமைப்பு, வளையாத முதுகு, ஓட்டப்பந்தயக்காரனின் இசை போன்ற சீரான மூச்சிரைப்பு. கழுத்தில் சிலுவைபதித்த தங்கச்சங்கிலியின் ஊசலாட்டம். வெள்ளெழுத்து அருகில் வராத இளம் கண்மணிகள். ஏழாவது சுற்று வந்தபோது மாத்தன் வழக்கத்தை மாற்றிக் கொண்டு நடப்பதை நிறுத்திக் கல்லறைத் தோட்டத்திற்கு நடந்தார்.

பூமாலை விற்கும் பெண் அங்கேயே நின்றிருந்தாள். அவளுடைய கையிலிருக்கும் மாலைகளின் அளவு குறைந்திருக்கவில்லை. மாத்தன் அருகில் வந்தபோது அவள் கேட்டாள்.

"சாப், அழகியான உங்க மேம்சாபுக்கு வைக்க ஒரு முழம் பூ வாங்கிட்டுப் போங்களேன்."

"வேண்டாம்"

"இல்லன்னா வேற யாராவது சினேகிதிகளுக்காகவாவது?"

அவள் கண்ணடித்தபடியே சிரித்துக்கொண்டே கேட்டாள்.

"வேண்டாம், உன்னோட பேரென்ன?"

"சமேலி"

"சமேலியை நான் இதுவரைக்கும் இங்க பாத்ததில்லையே. இந்த ஏரியாவுக்குப் புதுசா?"

"கன்னாட் ப்ளேஸில் ஹனுமன் மந்திர்தான் என்னுடைய வழக்கமான இடம். ஆனால் அங்கே போலீஸ்காரர்களின் தொந்தரவு அதிகம். சரி, சாப் வீட்டுக்குப் போறீங்களா?"

மாத்தன் ஒன்றும் பேசவில்லை. இன்னும் எட்டு சுற்று பாக்கியிருக்கிறது.

"அப்படீன்னா சாப் திரும்பிப்போய் கல்லறை இருட்டில்

உக்காந்துக்கோங்க. எல்லோரும் போனபிறகு நான் உங்ககிட்ட வரேன்." பேசியவள் அருகில் வந்தபடி கிசுகிசுத்தாள்.

"கையில் ஐம்பது ரூபாய் இருக்கும் இல்லையா?"

மாத்தன் திரும்பி நடந்தார்.

ஹுமாயூனின் கல்லறை நிழலில் ஓய்வெடுத்தபடியிருந்தது. பனைமரங்கள் காற்றில் ஆடின. எப்போதும் நடைபயணத்தில் கூடவரும் ஒரு ஆள்கேட்டார்.

"இப்பத்தான் வரீங்களா? நேரம் ஆயிடிச்சே?"

"ஆமாம்"

"சரிதான். நடை ஒரு பழக்கமாயிடிச்சு. எவ்வளவு நேரமானாலும் அதில்லாம இருக்க முடியலை."

மாத்தன் நடைபாதையை விட்டு புற்களின் வழியாக உத்தானத்தோட்டத்தின் மூலையில் உள்ள நீண்ட, சீரான, மெலிந்த இலைகள் கொண்ட பெயர் தெரியாத அந்த மரத்தின் அடியில் உட்கார்ந்தார்.

தள்ளுவண்டியில் குழந்தையை வைத்துத் தள்ளிக் கொண்டுபோகும் தம்பதியைத் தவிர நடைபாதை சூன்யமாக இருந்தது. அவர்களும் போனபிறகு உத்தானத் தோட்டத்தின் வெளியே உள்ள நகரத்தைக் குறித்து மாத்தன் சிந்திக்கலானார்.

கல்லறையை ஒளிரவைத்தபடி சாலையில் வாகனங்கள் ஒன்றன்பின் ஒன்றாகப் போய்க்கொண்டிருந்தன. நகரத்தின் ஒளி வெள்ளத்தால் சுழற்றி அடிக்கப்பட்ட இருட்டில் மாத்தன் தனித்திருந்தார்.

"இப்போ யாருமில்லை." சமேலி சொன்னாள். அவள் வந்ததை அவர் கவனிக்கவில்லை. சமேலி, மாத்தனுடன் வருவதில் விருப்பம் தெரிவித்தாள். கல்லறையில் மாடத்திற்குப் போகும் மாடிப்படி வழியை அவள் விரல் நீட்டிக் காட்டினாள். மாத்தன் இரண்டிரண்டு படிகளாகத் தாவி ஏறினார். இளைஞனைப்போல இருக்கும் தன்னுடைய சுறுசுறுப்பினை அவளுக்குத் தெரியப்படுத்தினார்.

நிலா முற்றத்தின் நடுவில் மாடம் பூதாகரமாக உயர்ந்து நின்றிருந்தது. அதன் கலசத்தின் பின்னால் பூர்ணசந்திரன் மெல்ல எழ ஆரம்பித்திருந்தது. சமேலி எந்த முகவுரையும் இல்லாமல் தரையில் மல்லாந்து படுத்தாள். மாத்தன் தரையில் அமர்ந்தபடி ஷீவின் கயிற்றை அவிழ்க்கத் தொடங்கினார். சமேலி பாவாடையை மேலே உயர்த்தினாள். அவளுடைய மெலிந்த கால்களில் சன்னமான கொலுசு புரண்டிருந்தது.

சட்டெனக் கோலால் தரையில் அடித்துச் சப்தம் எழுப்பியபடி யாரோ மாடிப்படி ஏறிவரும் ஓசை கேட்டது. சமேலி ஒரே மூச்சில் குதித்தெழுந்து வெளியே ஓடினாள். அவள் ஓரத்தில்போய் அவரைப் பார்க்காதபடி நின்றாள்.

மாடத்திற்கு வந்த காவல்காரன் தரையில் உட்கார்ந்திருக்கும் மாத்தனின் முன்னால் வந்து நின்றான். ஆறடி நீளமுள்ள கோலை ஊன்றி, கால் அகற்றி நிற்கும் காவலனைத் தரையில் உட்கார்ந்திருந்த மாத்தன் பார்த்தபோது, பத்து கட்டளைகளைக் கையில் வைத்துக் கொண்டு நிற்கும் மோசஸைத்தான் மாத்தனுக்கு ஞாபகம் வந்தது. காவலனின் நீண்ட செம்பட்டைமுடியில் இரவின் காற்றிருந்தது.

"இதான் இங்க நடக்கற வேலையா? பகலில் கனவான் ம்... மானங்கெட்ட கிழவன்."

மாத்தன் தலை குனிந்திருந்தார். அவருக்குத் தொண்டை வற்றிப்போயிருந்தது. அந்த ஒரு நிமிடத்தில் இந்த உலகம் திரையில் ஓடும் படமல்ல என்பது அவருக்குப் புரிந்தது. வெறும் படமாக இருந்திருந்தால் ரீவைண்ட் செய்து கதையை வேறொரு வழியில் திருப்பி விட்டிருக்கலாம்.

"அந்தப் பொண்ணுக்கு உன்னோட பேத்தி வயசுதானே இருக்கும்? வெட்கமாயில்லை உனக்கு?"

மூன்றாம் மனிதனின் கண்களின் வழியாக தன் தற்கொலையை மாத்தன் கண்ணுற நேர்ந்தது. அவருக்குத் தலை சுற்றத் தொடங்கியது.

"எழுந்திருடா கெழவா. உன்னைப் போலீஸில் ஒப்படைச்சிட்டுதான் மறுவேலை. நாளைக்கு பேப்பர்ல பேரு வரும்போது பாத்து ரசிச்சுக்கோ. ஏய் பொண்ணே நீயும் வா."

சத்தமாய் அழைத்த காவல்காரனின் அருகில் வந்தபடி சமேலி கேட்டாள்.

"எங்க வரணும்? இவரு என் தாத்தா. மேல ஏறி வந்தபோது தலை சுத்தி உட்கார்ந்திட்டார். அவ்வளவுதான். அவருக்கு ரத்தக் கொதிப்பு அதிகமிருக்கு."

"பொய் சொல்லாம வாடி. பாத்தாலே தெரியிது, நீயும் உன்னோட பணக்காரத் தாத்தாவும்."

"கவனமாப் பேசுடா." சமேலி கோபத்தோடு தொடர்ந்தாள். "நீ சத்தமா பேசி எங்க தாத்தாவுக்கு ஏதாவது ஆச்சுன்னா உன் வேலை போயிடும் ஜாக்கிரதை."

காவல்காரன் நம்பிக்கை குறைந்த கண்களோடு சமேலியைப் பார்த்தான்.

"என்னா முழிச்சிட்டு நிக்கறே? நீ மானஸ்தனா இருக்கற பெரிய ஆட்களைப் பயமுறுத்தி காசு பார்க்கும் வேலை செய்வது எங்களுக்குத் தெரியாதா? பாரு, தாத்தா மூச்சிரைக்க தரையில உட்கார்ந்திருக்கார். ஒரு கை கொடு. அவரு எழுந்திருக்கட்டும் ம்... சீக்கிரம்... சீக்கிரம்..."

காவல்காரனின் கை அவனையறியாமலேயே மாத்தனிடம் நீண்டது. மாத்தன் நீண்ட கையைப் பிடித்தபடி எழுந்தார்.

"தாத்தா வாங்க" சமேலி மாத்தனின் கையைப் பிடித்தபடி காவல்காரனிடம் திரும்பி, "நீ வேகமாப் போயி ஒரு டம்ளர் தண்ணி கொண்டு வா." என்றாள்

மாத்தன் மாடிப்படி இறங்கும்போது நிஜமாகவே வயதானதை உணர்ந்தார். ஒரு கையைச் சமேலி இறுகப் பிடித்திருந்தாள். இன்னொரு கையால் சுவரைப் பிடித்தபடி அவர் கீழிறங்கினார். கீழே காவல்காரன் தண்ணீர் கொண்டு வந்து காத்து நின்றிருந்தார்.

சரளைக் கற்களின் பாதையில் சூசன் தந்த ஷூ இடறியது. சமேலி அவருடைய கையை விடவில்லை. கல்லறை வாசலில் வந்தவுடன் அவள் சொன்னாள்.

"சரி சாப். நீங்க வீட்டுக்குப் போங்க."

மாத்தன் நீண்ட இடைவெளிக்குப்பிறகு தன்னை மீட்டெடுத்தவராய் பேசினார்.

"சமேலி இந்தா"

அவர் ஐம்பது ரூபாய் நோட்டொன்றை அவள் முன்பாக நீட்டினார்.

"தூ..." அவள் காறி உமிழ்ந்தாள். அவளுடைய சின்ன வாயில் இவ்வளவு எச்சில் இருக்குமா என்பது கூடச் சந்தேகமாக இருந்தது.

"யாருக்கு வேணும் உன்னோட பணம்."

சமேலி சாலையைக் கடந்து நடந்தாள். இடதும் வலதுமாய் பாயும் வாகனங்களின் திரை ஒன்று அவர்களுக்கிடையில் விழுந்தது. போக்குவரத்து முடிந்தபோது சமேலியைப் பார்க்க முடியவில்லை. திரும்பி வீட்டுக்கு நடக்கும்போது அவனுடைய புறங்கழுத்தில் எங்கிருந்தோ பார்வையில் துளையிடும் சமேலியின் கண்களின் வெப்பத்தை மாத்தன் உணர்ந்தார்.

□

புலப்பேடி

யா தேவி ஸர்வபூதேஷு முக்திரூபேண சம்ஸ்திதா

வடக்கு வாசலின் மேலே உள்ள பெண்களின் அறைக்குத் தோட்டத்தைப் பார்க்கும் வசதி இல்லை. அதனால் சாவித்ரி இரவு பகலின் நிறமாற்றங்கள் குறித்து அறிந்ததெல்லாம் கதவு இடுக்கின் வழியாகப் பார்க்கக்கிடைக்கும் வாசலின் சிறு இடைவெளியிலாக இருந்தது. கீழே அம்மா - மாமியார் - நெல் குதிர் திறந்த ஒரு நொடியில் புதிய நெல்லின் பச்சைமணம் சுழன்று அடித்தது. அந்த ஒரு நிமிடப் பெருமூச்சில் உறையும் நேரம் மட்டுமே சாவித்ரி காமம் உணர்ந்தாள். சாணமிட்டு மெழுகிய தரையிலிருந்து அதிர்ந்து எழுந்தவள் படியிறங்கி முற்றத்தை ஒட்டிய வராந்தாவுக்கு வந்தாள். முற்றத்தை மாலை மெல்ல கவிந்து மூடத் தொடங்கியிருந்தது. இனிதான் கூக்குரல்களின் நேரமே.

வயல்களிலிருந்து புலையர்கள், அவர்களை யாரும் பார்த்து தீட்டுப்பட்டுக் கொள்ளாமல் இருப்பதற்காகக் கூவிக் கொண்டு, தங்கள் குடிசைகளுக்குத் திரும்பிக் கொண்டிருந்தார்கள். முதலில் கேட்ட கூக்குரல் அச்சமூட்டுவதாக இருந்தது. அந்தக் கூக்குரல் புறப்பட்ட சிவந்த தொண்டைக் குழியின் கீழான புலையனின் கறுத்த நெஞ்சுக்கு நினைவு வழுக்கி சென்றபோது சாவித்ரியின், உடல் ஒருமுறை நடுங்கிச் சிலிர்த்தது. அவள் சமையலறைக்குப் பின்னால் இருக்கும் குளத்திற்கு நடந்தாள். குளக்கரையில் பார்வதி சாம்பலும் புளியும் தேய்த்துப் பாத்திரம் கழுவிக் கொண்டிருந்தாள்.

“ஏன் பார்வதி, என்ன இவ்ளோ விளக்கும் கிண்டியும் போட்டு கழுவிக்கிட்டிருக்கே?”

"என்னம்மா இப்படிக் கேட்டுட்டீங்க? மறந்திட்டீங்களா? நாளைக்குத் தெவசமாச்சே"

"எனக்கு ஒரு நெனவும் சரியா இல்ல பார்வதி. பரமேஸ்வரன் மதராஸிலிருந்து வந்திட்டானோ என்னமோ"

"ம்... சின்ன நம்பூதிரி நேத்தே வந்திட்டார்"

"இந்த தெவசம் பதினைந்தாவது"

"ம்"

"இனி எத்தனை தெவசம் பாக்க எனக்கு வச்சிருக்குதோ பார்வதி"

"ஏம்மா இப்படி சொல்றீங்க?"

"அவர் போன கொஞ்ச காலம் பரமேஸ்வரனைப் பார்த்துக் காலம் தள்ளினேன். என்னைக் கல்யாணம் பண்ணிட்டு வரும்போது உண்ணிக்கு வயசு ரெண்டு. இப்போ பெரிய ஆளாயிட்டான். குடும்பஸ்தனாகிற வயசாச்சு"

தானாகவே பேசியபடி சாவித்ரி வீட்டிற்குள் திரும்பி வந்தபோது, முற்றத்தை ஒட்டிய வராந்தாவில் தெவசத்திற்காக எடுத்து வைத்திருந்த தர்ப்பைப்புல்லும், புரோகிதர் உட்காரும் மரப்பலகையும், சந்தனம் இழைக்கும் கட்டையும் வைத்திருப்பதை அப்பா - புதினப்பள்ளி அப்பா, மாமனார் - கவனித்துக் கொண்டிருப்பதைப் பார்த்தாள். இடுப்பில் கட்டிய சிறுதுணியுடன் நிற்கும் அப்பாவின் வயோதிகம் அவளைச் சங்கடப்படுத்தியது.

படியேறும்போது திறந்து கிடக்கும் நெல் குதிரிலிருந்து புதிய நெல்லின் மணம். முதல் ராத்திரியன்றுதான் புதிய நெல்லின் மணத்தை முதன்முதலாக நுகர்ந்தது. குருநாதன் வாசுதேவனையும் சாவித்ரியையும் படுக்கையறைக்கு அனுப்பித் திரும்பினார். வெறும் தரையில் புது நெல்லை பெரிய வட்டமாகக் கொட்டி அதன் மேல் சிவப்புக்கோடிட்ட கறுப்புக்கம்பளி விரிக்கப்பட்டிருந்தது. அவ்வளவு பெரிய அறையில் அவை மட்டுமே இருந்தன.

"சாவித்ரி இப்பவும் சின்னப்பொண்ணுதான். இன்னும் கூட குழந்தைத்தனம் மாறலை இல்லையா?" - வாசுதேவன் சொன்னபோது சாவித்ரி உதடு கடித்துச் சிரிப்பை அடக்கினாள்.

மறுநாள் காலையில் குளித்து முடித்து வாசுதேவன் தனிச்சடங்காய் அவளுக்கு முல்லைமலர் மாலை அணிவித்து மார்பில் சந்தனம் பூசத் தொடங்கினான். வாசுதேவன் அவளுடைய சரீரத்தில் ஸ்பரிசித்த போதெல்லாம் கிறக்கம் மீறிய கூச்சம் தாங்காமல் சாவித்ரி சிரித்தாள். அந்தச் சிரிப்பில் அதிசயித்து அதை வெளிக்காட்டாமல் அவளுடைய கழுத்தில் சந்தனத்தால் ஒரு பொட்டு வைத்து அதோடு சடங்கினை முடித்து கொண்டான். அதனால் வாசுதேவன் கொஞ்சம் பயந்துதான் சாவித்ரியின் நாபியின் கீழே அடிவயிற்றின் வலதுபாகத்தில் விரல் பதித்தான். விரல்களின் அசைவினை உணர்ந்தபோது சாவித்ரி கண்மூடி அறையின் வாசனைகளை கிரகிக்கத் தொடங்கினாள். புதுநெல்லின் மணம், வாசுதேவனின் குடுமியிலிருந்து வரும் வாசனைப் பொடியின் மணம், காலையில் உடம்பில் பூசிய சந்தனத்தின் சுகந்தம், தரையில் மெழுகி விட்டிருந்த சாணத்தின் மணம் என ஒவ்வொன்றாகவும் மொத்தமாகவும் வரித்துக் கொண்டு படுத்துக் கிடந்தாள்.

மறுநாள் *வானத்துக்கன்னியைப் பிடிப்பதற்காகத் தண்ணீர் நிறைந்த செம்புக்குடத்தில் வாசுதேவனுடன் கைகள் பின்ன போட்டி போட்டபோதுதான், சாவித்ரி முதன்முதலாக ஸ்பரிசத்தின் நாணம் உணர்ந்தாள்.

தெவசத்தில் பங்கு கொள்ள வந்தவர்களின் சத்தம் கீழேயிருந்து கேட்க ஆரம்பித்தது. சாவித்ரி மூங்கில் கொடியிலிருந்து மேல்சீலை எடுத்து அணிந்துகொண்டு கீழே இறங்கினாள். பரபரவென நடந்துவரும் அவளைப் பார்த்து அம்மா கேட்டாள்.

"என்ன சாவித்ரி பல முறையாச்சே. கீழேயும் மேலேயும் நடந்துகிட்டிருக்கே. தெவசம் நெருங்க நெருங்க நாழிகைக்கு நாப்பது நினைவா இருக்கா உனக்கு?"

கேட்ட அம்மா அவசரமாய்ச் சமையலறைக்குப் போய்த் திரும்பினாள்.

"இங்க பாரு. இதப் பாத்திருக்கியா? நான் முதல் தடவையா

---
* ஒரு மீனின் பெயர் - திருமணத்திற்குப் பிறகு செய்யும் சடங்கு.

பாக்கறேன். பரமேஸ்வரன் மதராஸிலிருந்து கொண்டு வந்தான். ஆப்பிள் பழம். என்ன ஞாபகம் வருதா? பரமேஸ்வரன் சொல்லி தந்த அந்த சூத்திரம்?"

"எனக்கு மறந்துபோச்சு அம்மா."

"எ ஃ பார் ஆப்பிள். உனக்கும் மறந்திருக்காது. ஞாபகம் வருதா சாவித்ரி?"

வாசுதேவன் இறந்தபிறகு, சாவித்ரி நெல்குதிரெல்லாம் வைக்கும் அறைக்கு மேலே பரண் மாதிரி இருக்கும் பெண்களுக்கான தனியறைக்குத் தன் படுக்கையை மாற்றினாள்.

ஒருநாள் அவள் லண்டனிலிருந்து வாசுதேவன் வரவழைத்த முதல் வகுப்பு இங்கிலீஷ் புத்தகத்துடன் மேல் அறைக்கு போனபோது அம்மா அவளைத் தடுத்து நிறுத்தினாள். "நில்லுடி ஏழரை நாட்டுச்சனி பிடிச்சவளே, நீதானே என்னோட வாசுதேவனைக் கொன்னது?"

"என்னம்மா பேசறீங்க நீங்க?"

"உன்னோட கால்ராசி எங்குழந்தையைக் கொண்டு போயிடுச்சி"

"என்னைக் கல்யாணம் பண்ணிட்டு வந்தது என்னோட தப்பா?"

"ஓ... அவளோட கொஞ்சலைப் பாரு. செல்லம் கொடுத்துக் கெடுத்திட்டாங்கடி உங்க வீட்ல. இங்க வந்து ஏறினப்ப இருந்து ஆரம்பிச்சிட்டே நீ என் மகனை வசப்படுத்த. இங்கிலீஷும் படிப்புமா, புத்தகம் படிச்சு கேக்கறதுக்குத்தானே சதா நீ வாசுதேவனோட கூடவே ஒட்டிட்டிருந்தே? அன்னைக்கே அவன் இந்த வீட்டுக்கு நஷ்டமாயிட்டான்."

"அம்மா!"

"ஒரு வேலையும் செய்யாமல் இருக்கத்தானே மாடியறைக்குப் போறே மூதேவி. இப்படி குடு"

சாவித்ரியின் கையிலிருந்து புத்தகத்தைப் பிடுங்கிக் கிழித்து எறிவதனிடையில் அம்மா, "இங்கிலீஷும் படிச்சு வெள்ளை அங்கியணிந்த பாதிரி மாதிரி வாலும் முளைக்க வச்சு உலாத்து போ

மூதேவி" என்று கத்தினாள். நடு முற்றத்தில், சாவித்ரி வாழ்க்கையில் பார்த்தேயிராத ஆப்பிள், கேட்டேயிராத சைலோஃபோன் என எல்லாவற்றின் படங்களும் சிதறின.

மறுநாள் தெவசம் முடிந்து வீடு அமைதியான போது சாவித்ரி மீண்டும் தனிமைக்குத் தள்ளப்பட்டவளாய் மாடியறைக்குத் திரும்பினாள்.

இதுபோன்று இரண்டு நாட்களின் ஏகாந்த இருளில் நேரம் கடத்தியபோதுதான் அம்மா பேச்சை நிறுத்தியிருந்தாள். சாவித்ரி வீட்டுக்குத் தூரமாகித் தனித்திருந்தது கார்த்திகை நட்சத்திரத்தின் அடுத்ததாயிருந்தது. அம்மா பத்து நாட்களுக்குப் பிறகு மேலேறி வந்தாள்.

ஜன்னல்கள் இல்லாத வடக்குப் பக்கத் தீட்டு அறையில் தனித்திருந்தபோது, "இந்த மகாபாவி கூட ரெண்டு நாள் இருக்கணுமே கடவுளே" என்று அம்மா திட்டியபடியே மேலேறி வந்ததும் பேசியதும் சாவித்ரிக்கு நினைவில் வந்தது.

பகல் முழுக்க அவர்கள் நிசப்தர்களாகக் கழித்தார்கள். முனகி அழக்கூட பயந்து கொண்டிருந்த நொடிகளின் இடைவெளியில் சட்டென அம்மா வந்து சாவித்ரியின் கைகளைப் பிடித்து உயர்த்தினாள்.

"வளையல்கள் இல்லாத சூன்யமான இந்தக் கைகளைப் பார்க்கும்போது மனசில நெல்பொறி வெடிப்பது மாதிரி டப் டப்புன்னு துக்கம் வெடிக்குது"

அம்மா அவளைத் திருப்பி உட்கார வைத்துத் தலைமுடியைக் கோதிவிடத் தொடங்கினாள்.

"சாவித்ரி நானும் உன்ன மாதிரிதாண்டி. உன் மாமனாருக்கு எப்போதும் பூஜையும், ஜபமும், திருவிழாக்களும் போதும். வீட்டைப்பத்தியோ, அதில் ஜீவிக்கும் மனிதர்களைப் பற்றியோ ஒரு ஈடுபாடுமில்லை. கவலையுமில்லை. பித்தளை வளையல் போட்டிருப்பது மாதிரிதான் என்னோட வாழ்க்கை."

ஒரு கெட்ட பழக்கம்போல மீண்டும் சாவித்ரி மாடிப்படி இறங்கினாள். அவள் பார்வதியைத் தேடி உரல் இருக்கும் இடத்திற்கு வந்தாள். பார்வதி அங்கே இல்லை. திரும்பி மாடியேறப் போனபோது

வந்த புது நெல்லின் மணத்தை அவள் நாசி மறுதலிக்க முற்பட்டது. ஆனால் நினைவுகள் மீண்டும் மீண்டும் அலை அடித்துக் கொண்டிருந்தன. ஒரு கிலுகிலுப்பைக்குள் மாட்டிக் கொண்டிருக்கும் வெண்பொடி போல அவை சுழன்று சுழன்று பலவிதமான சப்தங்களை மட்டுமே வெளியேற்றிக் கொண்டிருந்தன. அப்படியான எல்லைகளை மட்டுமே கொண்டதுதான் தன் அறிவு. ஒரே ஒரு ராமாயணக் கதையை மட்டுமே புரட்டிப்புரட்டி மரணம் வரை தனக்கு ஏற்பட்டிருக்கும் இந்தத் தனிமையைப் போக்க வேண்டி இருப்பதை சாவித்ரி நினைத்தாள்.

அதனால் பச்சைக்கிளியே, இது வரை நீ எனக்கு ராமாயணம் சொல்லிக் கொடுத்தியா. இனி நான் உனக்கு என்னோட கதையைச் சொல்றேன். என் கூட்டில் நீ மட்டும் தான் இருக்கிறாய்.

என் பார்வையின் நீளம் : எப்போதாவது நான் தோட்டத்திலிருந்து பார்க்கும் வானம். தோட்டத்திற்கு வெளியில் நடக்கும்போது பார்க்கும் நிலம் மட்டுமே. கோவிலுக்குப் போகும் வழியில் தென்படும் தொட்டாச்சிணுங்கிகளும், செம்மண் புழுதியும், வெட்டிவிடப்பட்ட அருகம்புல்லின் நுனிகளும்.

எனக்குள்ளிருக்கும் கேள்வி : நான் எந்த சப்தத்திற்கும் செவி மடுப்பதில்லை. திருமணமாகாத பெண்களுக்கு பேயோட்டும்போது ஏற்படும் சப்தத்தைக் காற்று கொண்டு வரும்போதுதான் என் செவிகள் கூர்மையாகும். பச்சைக் கிளியே, எதுக்காக இப்படி பேயோட்டுறாங்க? ஒருத்தர்லயே ரெண்டு பேர் வசிப்பது நல்லதுதானே?

புலையர்களின் கூக்குரல்களுக்கிடையில் எப்போதும் ஒரு பெண்ணின் கூக்குரல் தீனமாய்க் கேட்கும்போது என் காதுகள் கூர்மையாகும்.

என் நுகர்வுகள் : அவை மட்டும் தான் ஸ்திரமாய் இருக்கின்றன. என்னுடையதுதான் - தூக்கம் கலைந்து உணரும்போது, குளிப்பதற்கு முன்பு, குளித்து முடிந்து வாகையும், இஞ்சயும் சேர்த்துக் கொள்ளும் போதுமான வாசனைகளில் நான் என்னையே மீட்டெடுக்கிறேன்.

இனி ஸ்பரிசம் : என்னை யாரும் தொடுவதில்லை. என்

துணிகளைத் தவிர யாரும் என்னைத் தொடுவதில்லை. சில நேரம் வண்ணாத்தி, கஞ்சி நிறையப் போட்டுவிட்டால் துணிகள் கூட என்னிலிருந்து மொட மொடத்து தனித்து நிற்கும்.

என் பயணம் : நினைவுகளில் பாவம் குத்திக் கிழிக்கும் போதெல்லாம் நான் மாடிப்படி ஏறவும் இறங்கவுமாக இருக்கிறேன்.

"கதையம்மா கதையம்மா" - சாவித்ரி பாயில் முகம் புதைத்து அழுதாள். முதல்முதலாக தன்னைக் கட்டுப்படுத்திக் கொள்ள முடியாமல் இருக்கிறோம் என்று நினைத்த போது அவள் மேலும் உரக்கச் சத்தமிட்டு அழுதாள்.

"அண்ணி" - கதவுக்கு வெளியில் நின்று பரமேஸ்வரன் கூப்பிட்டான்.

சாவித்ரி பாயில் முகம் குனிந்து எழுந்து உட்கார்ந்தாள். பரமேஸ்வரன் கேட்டான்.

"ஏன் அண்ணி அழறீங்க?"

"வயிற்றில் ஏதோ வலி"

"ரொம்ப வலிக்குதா?"

"ம்"

"வலது பாகமா?"

"ம்"

"தொப்புளுக்கு கீழேயா?"

"ம்"

"சுளு சுளுன்னு குத்துதா?"

"ம்"

"நெறி கட்டியிருக்கா?"

"தெரியல"

"நீங்க சொல்றதப்பாத்தா சாதாரணமாத் தெரியல. ஒரு வேளை காரில் ஏற்றி ஆஸ்பிடலுக்கு கொண்டு போக வேண்டி வரும். நான் பாக்கறேன்".

“வேண்டாம். நான் பொய் சொன்னேன். சாமவர்தனம் முடிந்த பிள்ளைகள் இந்த அறைக்கு வரக் கூடாது”.

“என்னா சொல்றீங்க அண்ணி? நீங்க அழுத அழுகையில் ஒரு துளிகூட பொய்யில்லை. நான் மதராஸில் வைத்யம்தானே படிக்கிறேன். இரண்டு வருஷம் முடிந்தால் நான் டாக்டர் புதினப்பள்ளி.”

“அண்ணி படுங்க” - உள்ளே ஏறி வந்த பரமேஸ்வரன் ஸ்திரமான குரலில் சொன்னான். அறையின் கதவின் நீள் சதுர வெளிச்சத்தின் காரணமாக பரமேஸ்வரனை நிழல் போலத்தான் பார்த்தாளானாலும் தான் எண்ணெய் தேய்த்து குளிக்க வைத்து, கண்களில் மை பூசி பாக்குமரப் பாளையின் கோவணம் உடுத்திக் கொடுத்து விளையாட விட்ட குழந்தையை அந்த வளர்ந்த மனிதனிலிருந்தும் சாவித்ரி தனியே பிரித்தெடுத்தாள்.

பரமேஸ்வரன் தரையில் அமர்ந்து சாவித்ரியின் நாபியின் கீழே வயிற்றின் வலது பாகம், தடிப்பினைத் தேடிக் கைவைத்துத் தடவினான். சிறிது நேரத்தில் அவனுடைய கை நிச்சலனமானது. விரல்கள் மெதுவாக அசைகிறதோ எனச் சாவித்ரிக்குத் தோன்றியது. தும்பியின் சிறகடிப்பு போலத் தெளிவில்லாத அசைவைத் தன்னுடைய பிரமையோவென அவள் கருதினாள். பிறகு ஏற்பட்ட தெளிவான சலனத்தில் சாவித்ரி குதித்தெழுத்தாள்.

“என் முன்னாலயிருந்து போ” - பிசிறடித்த வார்த்தைகளில் அவள் கத்தினாள்.

“அண்ணீ”

பரமேஸ்வரன் முன்னால் அவள் பக்கமாக சாய்கிறான் என்று சாவித்ரிக்குத் தோன்றியபோது அவள் உத்தரத்தில் உறியில் தொங்க விட்டிருந்த விபூதிப்பெட்டியைப் பின்னால் இழுத்து பரமேஸ்வரனின் முகத்துக்கு நேராக வீசியடித்தாள். அவனுடைய நெற்றியிலிருந்து ரத்தம் பீச்சியடித்தது. பரமேஸ்வரன் திரும்பி ஓடி மாடிப்படி மிதித்து இறங்கும் சப்தம்தான் பிறகு கேட்டது.

“அய்யோ. அய்யய்யோ. உன்னோட நெத்தியில என்னாச்சு?”

“ஒண்ணுமில்லம்மா”

“சொல்லு பரமேஸ்வரா என்னாச்சு. ரத்தம் கண்ணுவரை

ஒழுகி வருதே. சிவ சிவா" அம்மா அழ ஆரம்பித்தாள்.

"வயிற்றில் வலி இருக்குன்னு அண்ணி கூப்பிட்டாங்க. நான் போயி பாத்தபோது அவங்க நிலமை சரியாயில்ல. அண்ணி சிரித்துக்கொண்டே அறைக்கு வரச்சொல்லி சமிக்ஞை செய்தாள். நான் திரும்பி ஓடி வந்திட்டேன். அப்போ மாடிப்படியின் கட்டையில் தலை மோதிடிச்சு"

பரமேஸ்வரன் கிணற்றடிக்கு முகம் கழுவப்போனான். சிறிது நேரத்திற்குப் பின், புதினப்பள்ளி தம்புரானின் அலறல் வராந்தாவிலிருந்து கேட்டது.

"இப்பவே வீட்ட விட்டு போயிடணும். இப்படியான அடங்காதவங்களுக்கு தங்கற இடமில்லை இது. ம்... போ இப்பவே போ வெளியே. நாசமாப் போனவளே."

வீட்டின் பின்னால் இருக்கும் வேலி தாண்டி சாவித்ரி ஆற்றுக்குப் போகும் வழியினூடாக நடக்கத் துவங்கும்போது மாலை, அடர்த்தியாகத் தொடங்கியிருந்தது. புலையர்களின் கூக்குரல்கள் ஒடுங்கும் மாலைவேளைகளைப் பறவைகளும் சில்வண்டுகளும் ஏற்றெடுத்திருந்தன. தோட்டத்தில் வேலை செய்திருந்த கடைசிப் புலையன் சாத்தன், மண்வெட்டியிலிருந்து மண்ணைச் சுரண்டிக் கழுவித் தோளில் சுமந்து புலையக்குடிக்குத் திரும்பினான். புலையக்குடிக்குள்ள வழி, மாளிகையிலிருந்து ஆற்றுக்கு வரும் வழியைத் தொடும் நான்கு வழிப் பாதையை எட்டியபோது சாத்தன் வழக்கம்போலக் கூக்குரலிட்டான். வெள்ளைத் துணியால் தேகம் மறைத்து மரக்குடையும் பிடித்து வழக்கத்திற்கு மாறாக தம்பிரான் வீட்டுப் பெண் வருவதைப் பார்த்தவுடன், தடித்த பலாமரத்தின் பின்னால் உடல் குறுக்கி நின்றான் சாத்தன்.

"பேரென்ன?" மரத்தின் பின்னால் சென்ற சாவித்ரி கேட்டாள்.

"தம்புராட்டி!"

"பேரென்ன?"

"சாத்தன்!"

"சாத்தன், நீ எனக்குத் துணையாகக் கரை வரைக்கும் வரியா?"

"இல்ல தம்புராட்டி. அடியேன் வர்றதுக்கில்ல. தம்புரான்கள் நாளைக்கு என்னைக் கொன்னு போட்டுடுவாங்க" - தட்டத்துடன் சாத்தன் ஓட எத்தனித்தபோது, சாவித்ரி அவனுடைய கருங்கல் போன்ற கைகளை எட்டிப்பிடித்துத் தடுத்தாள்.

பிரமிப்பு மாறாத சாத்தனுடன் சாவித்ரி ஆற்றுக்கு நடக்கத் தொடங்கினாள்.

இருட்டத் தொடங்கியபோது புதர்க்காடுகளிலிருந்தும் மின்மினிப்பூச்சிகளும் தூரத்து கோவில்களில் இருந்து மணியோசையும் கேட்டன.

சாத்தன், ஆற்றில் தன் கிளைகளைச் சாய்த்து கிடக்கும் பூப்பருத்தி மரத்தில் சாய்ந்து நின்றான். சாவித்ரி குத்துக் காலிட்டு உட்கார்ந்து அவளுடைய குடையை ஆற்றில் ஒழுக விட்டாள். பிறகு எழுந்து நின்று அவளுடைய மேலங்கியை மெதுவாக எடுத்து உதறி, சலசலப்பில்லாத ஆற்றுத் தண்ணீரில் படரவிட்டபோது அது ஒரு தரை விரிப்பு போல நீள்சதுரத்தில் மிதந்து போனது.

பெரிய பாரம் மேலெழும்பும் வேதனையுடன் சாவித்ரி கண்ணிமைகள் உயர்த்தி, வெளியுலகை அவளுடைய உயரத்திலிருந்து நோக்க ஆரம்பித்தாள். காட்சிகளின் புதுமையில் மங்கிப்போன கண்களுக்கு, மறுகரையிலூடாக நகர்ந்து போகும் தீப்பந்தங்கள் தெளிவில்லாமல் சாயம் தோய்த்தது போன்ற சிவந்த பொட்டுகளாகத் தோன்றியது.

எப்போதும் தன்னைச் சுருக்கி நடந்த சாவித்ரி முதன் முறையாக, தைரியமாக, சுதந்திரமாக, மார்பு விரித்துப் புதிய காற்றை சுவாசித்து உள்வாங்கியபோது, இளமை மாறாத அவளின் முலைகள் இடதும் வலதுமாக பொன்னாய், பளிங்காய் மின்னித் ததும்பின. அந்தப் புதியகாற்றின் உற்சாகத்தோடு சாவித்ரி சாத்தனுடன் சேர்ந்து நின்று முதுகுத்தண்டு வளைத்து, உரக்கக் கூவினாள்.

❐

பிறகு...

யா தேவி சர்வபூதேஷூ ஸ்மிருதி ரூபேண சம்ஸ்திதா...

முகுந்தன் - சில நேரங்களில் என் கணவர், சில நேரங்களில் எங்களுடைய இரண்டு குழந்தைகளின் அப்பா, சில நேரங்களில் அவர்களின் பாதுகாவலன், சில நேரங்களில் என் மாமியாரின் பிரியமான இரண்டாவது மகன், சில நேரங்களில் பிரேமனின் பால்ய கால நண்பன், சில நேரங்களில் பிரேமனின் எதிரி, சில நேரங்களில் சமீபத்தில் அறிமுகமான பத்திரிகையாளர் அனில் சக்சேனாவின் நண்பன், சில நேரங்களில் டில்லியின் நாடக அரங்குகளை ஆக்ரமித்திருந்த நாடக நடிகன், சில நேரங்களில் அவருடைய பழைய லைக்கா, பென்ட்ராக்ஸ் கேமராக்களுடன் முகங்களை மட்டும் படம் பிடித்துக் கொண்டிருந்தவன், சில நேரங்களில் தான் என்ற அகங்காரத்துடன் வாழ்ந்தவன், சில நேரங்களில் எந்த ஒரு இலக்குகளுமில்லாமல் பல மணி நேரங்கள் தன் பழைய ஃபோக்ஸ் வேகன் பீட்டில் காரை ஓட்டுபவன், சில நேரங்களில் எதையும் அலட்சியப்படுத்துபவன், சில நேரங்களில் அவன் வேலை பார்த்திருந்த கம்பெனியில் நல்ல மேலதிகாரி, சில நேரங்களில் நாட்டின் அரசியல்நிலை குறித்து வேதனைப்படுபவன், சில நேரங்களில் 'ஆக்ரிபஜாரில்' புராதனப் பொருட்கள் தேடி அலைந்தவன், சில நேரங்களில் சிரிக்கவே முடியாத சர்தார்ஜிஜோக் சொல்பவன், சில நேரங்களில் வரவேற்பறையின் சோஃபாக்களில் சுருண்டு அமர்ந்து ஆஸ்ட்ரிக்ஸ் காமிக்ஸ் வாசிப்பவன், சில நேரங்களில் ஹிட்ச்காக்கின் சினிமாவைப் பற்றிக் கம்பீரமாய்ப் பேசுபவன், சில நேரங்களில் ஹத்தாவே ஷர்ட்டும் டாமி ஹை ஃபிகர் டையும் கட்டி அழகு

காட்டுபவன், சில நேரங்களில் பனிக்கட்டிகளுக்கிடையில் செம்பொன்னாய் நிறம் காட்டி பதுங்கிக் கிடக்கும் சிங்கிள் மால்ட் விஸ்கியை ரசித்து ருசிப்பவன், சில நேரங்களில் பழைய கிராம்ஃபோன் தட்டுகளைச் சேகரிப்பவன், சில நேரங்களில் என்னைச் சுகிக்க வைத்துப் படுக்கையைப் பகிர்பவன், சில நேரங்களில் கையும் காலும் அசைத்து கதை சொல்லி என் பிள்ளைகளை மகிழ்விப்பவன், கடைசியில் எல்லா நேரங்களுக்குமாக ஒரு செயலைச் செய்தான், முகுந்தன் இரண்டு மாதங்களுக்கு முன்பாக செத்துப்போனான்.

பி. முகுந்தன் 1954 - 1997

இந்த வருடங்களுக்கிடையில் வரையப்பட்டிருக்கும் அந்தச் சின்னக் கோடு, அதன் மிருதுத்தன்மை, அதன் நிச்சலனமான இருப்பு, அது வரையப்பட்ட எளிமை, முகுந்தனின் நாற்பத்துமூன்று வருடங்களின் எளிமை. இவை எல்லாவற்றையும் விட அதிகம் என்னை வேதனைப்படுத்தியது அந்த வருடங்களை உச்சரிப்பதில் உள்ள வலிதான். அந்தக் கடைசி இலக்கங்களில் ஒருமைப்பட முடியாமல் மனக்கதவுகள் அறைந்து மூடும் சப்தத்தின் வலி.

அந்தக்கோட்டின் ஆரம்பம் டான்சியில் ரயில்வே மருத்துவமனையில் அப்போதுதான் பூமியில் வந்து விழுந்த பூராடம் நட்சத்திரம் கொண்ட ஆண் குழந்தையின் அழுகையாக இருந்தது. ரயில்வே பணியாளனான அப்பாவுடன் வட இந்தியாவின் ரயில்வே நகரங்களில் கழிந்த குழந்தைப்பருவம். பிறகு டூன் பள்ளிகளில் படிப்பு. காக்கநாடனின் யூசுப் சரஸ் வியாபாரத்தை நிறுத்தி, பங்குச்சந்தையில் பிரவேசிக்கத் தொடங்கியபோது, பீட்டில்ஸ்குழு கருத்து வேறுபாடுமாய்ப் பிரிந்த போது, ஹரித்துவாரில், எம். முகுந்தனின் மணிகளை முழக்க ஆட்கள் குறைந்தபோது 'ராமசரித மானசத்தின்' ஒலிநாடாவை மைக் வைத்து பாடத்தொடங்கிய எழுபதுகளின் இடையில் முகுந்தன் டில்லியில் கல்லூரிப்படிப்பை முடித்தான். அவசரநிலைப் பிரகடனத்தின் போது 'ரோட்ஸ்' உதவித் தொகையுடன், ஆக்ஸ்ஃபோர்டில் படித்துக் கொண்டு இந்திராகாந்திக்கு எதிராக சிறு சிறு பிரசுரங்களை வெளியிட்டான். இங்கிலாந்தில், எப்படியும் தான் மிகப் பெரிய எழுத்தாளனாக வேண்டும் என்ற மோகத்துடன் திரிந்துகொண்டிருந்த சல்மான் ருஷ்டியுடன் பியர்

குடித்துக்கொண்டே பேசியதை எத்தனைமுறை என்னிடம் பகிர்ந்து கொண்டிருக்கிறான்.

அந்தச் சிறுகோடு பாதி பின்னிட்டபோது நான் அதில் பிரவேசித்தேன். இரண்டு மாதங்களுக்கு முன்பு, கடல்பாலத்தின் அல்பாயுசு போல அந்தக்கோடு சிதைந்து போனது.

முகுந்தன் இறந்த நாளைப் பற்றிய என் ஞாபகம் மாலை ஆறரை மணியிலிருந்துதான் தொடங்குகிறது. எங்கள் வீட்டின் முன்னால் உள்ள சாலையில் வழக்கம்போல கானல் வெயிலை விதைத்த பகல் ஆறத்தொடங்கியபோது, காற்று வீச ஆரம்பித்திருந்தது. முகுந்தனும் நானும் பால்கனியிலிருந்து வானத்தைப் பார்த்துக் கொண்டிருந்தோம். அதன் கிழக்குப் பகுதி கார்மேகங்களால் கறுப்படைந்திருந்தது. ஒரே அடர்த்தியில் ஏற்ற இறக்கங்கள் இல்லாத, கம்ப்யூட்டர் கிராஃபிக்ஸில் வரைந்தது போன்ற இருட்டு. நாங்கள் பார்த்துக் கொண்டிருக்கும்போதே மரங்கள் காற்றில் அசைந்து ஆடத் தொடங்கியிருந்தன. எங்கள் வீட்டு வாசலில் இருக்கும் அசோக மரத்தின் அடிமரம் கதக் நர்த்தகியின் உயர்த்திப் பிடித்த வலது கை போல நிச்சலனமாய் நின்ற போது, அதன் இலைகள் அசைந்து இடியுடன் பெய்யத் தொடங்கிய மழையின் முதல் துளிகளும், கோலிகளின் அளவுள்ள ஆலங்கட்டிகளும் பூமியில் வந்து விழுந்தன. அதற்குள் மரங்கள் சுழன்று சுழன்று நர்த்தனம் ஆடத் தொடங்கியிருந்தன. கேரளத்தின் நாடகத்தன்மையோடான மழையைப் பார்த்து பழகியிருந்த நான், காலநிலைகளை ரசிக்க வேண்டுமென்றால் வடஇந்தியாவிற்கு வரவேண்டும் என்று சொன்னேன். ஆனால், நான் தனியாக நின்றிருப்பதாகத் தோன்றுமளவுக்கு அடர்ந்து பெய்யும் மழையைப் பார்த்தபடி முகுந்தன் நிசப்தனாய் நின்றிருந்தான்.

முகுந்தன் ஏதோ முடிவெடுத்தவன் போல படுக்கையறைக்கு நடந்தான். படுக்கை அறையின் சுவரில் ஆறுமாதக் குழந்தையாக * சாதம் ஊட்டும் நாளில் எடுத்த முகுந்தனின் பொக்கைச் சிரிப்புடனான புகைப்படம் தொங்க விடப்பட்டிருந்தது. இடுப்பில் பட்டுத்துணி சுற்றி, திருஷ்டி கழிய, கன்னத்தில் மைப்பொட்டு வைத்து தாய்மாமாவின் மடியில் படுத்திருந்த

---

* குழந்தைகளுக்கு முதல்முதலாக பால் தவிர்த்து மற்ற உணவினைச் சேர்ப்பதற்குமுன் சாதம் ஊட்டும் சடங்கினைக் கேரள மக்கள் விமரிசையாகச் செய்வார்கள்.

குழந்தையைப் பார்த்து முகுந்தன், "இந்தக் குழந்தைக்கு வாழ்க்கையில் எத்தனை எத்தனை வாய்ப்புகள் கொட்டிக் கிடந்திருக்கிறது" என்றான்.

சட்டென எனக்கு முகுந்தனைக் கட்டிப்பிடிக்க வேண்டும் போல ஆசையாக இருந்தது. அடுத்ததாக முகுந்தன் குளியலறையில் கண்ணாடியின் முன்னால் நின்று அவருக்குப் பரிச்சயமே இல்லாததுபோலப் பிரதிபலிக்கும் முகத்தை முறைத்துப் பார்த்துக் கொண்டிருப்பார் என்று எனக்குத் தோன்றியது. ஆனால் முகுந்தன் நான் யோசித்தவற்றையெல்லாம் பொய்யாக்கிவிட்டு, கார்ச்சாவியை எடுத்துக்கொண்டு வெளியே போனார். ஹெட்லைட்டில் மின்னும் மழைத்துளிகள், ஹைபீம் போட்டவுடன் கொன்றைப்பூக்களாய் மலர்வதை நான் பார்த்தேன். தொடர்ந்து காரின் பின்புற வெளிச்சத்தில் மழையின் சிவப்புத் துளிகள். இதுதான் நான் பார்த்த கடைசி முகுந்தன். விபத்தில் முடிந்துபோன அந்த பயணத்திற்குப் பிறகு முகுந்தனை ஒரு துணிக்கட்டாகத்தான் நாங்கள் பார்க்க முடிந்தது. அதனால் இறந்தவர்கள் பற்றி நமக்கு அதிகமாக நினைவிற்கு வரும் வறண்ட, கறுத்துப்போன உதடுகளுமாய் சில்லிட்ட முகம் முகுந்தனுக்கு ஏற்படவில்லை.

சில நேரங்களில் என் பிள்ளைகள் அவர்களின் அப்பாவைக் குறித்து என்ன யோசிப்பார்கள்? பத்து வயதான என் மகன் நாராயணன் அப்பாவின் மரணத்தைக் கேட்டவுடன் எத்தனை பெரிய மனிதனாகி விட்டான் தெரியுமா?

அவன் என்னைப் பாதுகாத்தபடி சுற்றிச்சுற்றி வந்து கொண்டிருந்தான். அவனுடைய காதில் ரகசியமாய்ச் சத்தம் போட்டு 'அழுது விடடா மகனே' என்று சொல்லத் தோன்றியது. நாராயணன் எங்களின் கூட்டான குற்ற உணர்ச்சியாக இருந்தான். குழந்தைகளை வளர்க்கத் தெரியாத இளம் தம்பதிகளான நாங்கள் வெகுளியான எங்கள் மூத்த மகனுக்குத் திக்குவாயைப் பரிசாக அளித்திருந்தோம். நாடக அரங்கங்களில் தன் குரலை ப்ரத்யேக வாத்திய இசையாய் பயன்படுத்தும் முகுந்தன், மதுவை ருசிப்பது போல ஒவ்வொரு வார்த்தையையும் பூரணமாக உச்சரித்த முகுந்தன், கழுத்து நரம்புகள் இறுக, சிறு குருவியின் இதயத்துடிப்பு போல தெத்தித் தெத்திப் பேசும் நாராயணனின் வார்த்தைகளை

வேண்டுமென்றே கேட்காதது போல நடந்து கொள்ளும் அந்த உதாசீனத்தில் அவமானப்பட்டு சுருங்கிப்போன நாராயணன் மேலும் விக்கினான்.

நான்கு வயதான எங்கள் மகள் டோரிக்கு முகுந்தன் நீண்ட பயணங்கள் முடிந்து திரும்பி வந்து அழுத்தும் வீட்டின் அழைப்பு மணியாக இருந்தான். கதவு திறக்கிறது. முகுந்தன் டோரியைத் தலைக்கு மேலே தூக்குகிறார். பிறகு வழக்கம்போல பொம்மைகள் அல்லது மிட்டாய்கள். குழந்தைகளின் கூட்டான நினைவுகளில் முகுந்தன் நடித்துக் கொண்டே சொன்ன கதைகள் இருக்கலாம். எல்லா எழுத்தாளர்களையும் போல முகுந்தனும் நான்கைந்து கதைகள்தான் எழுதியிருக்கிறார். அவற்றைப் பல வடிவங்களில் நடித்துக் குழந்தைகளை ரசிக்க வைப்பார்.

முகுந்தனின் கடைசி நிமிடங்கள் குறித்து இரண்டே இரண்டு விஷயங்கள்தான் என் மனதில் இருக்கிறது. ஒன்று நல்ல நிறமான, உயரமான, கழுத்து கொஞ்சம் நீண்டு தெரிகிற ஒரு பெண், கறுப்பு சல்வார் கமீஸில் ஊடுருவின கொடி போல உடலமைப்பு கொண்ட அவள், மயானத்தில் வைத்திருந்த முகுந்தனின் காலைத் தொட்டு வணங்கினாள். மயானத்திற்கு வந்திருப்பவர்கள் அமர்ந்திருக்கும் நாற்காலிகளுக்கு இடையில் நடந்து, வெளியே கார் பார்க்கிங்கிற்கு வரும் வரையில் எந்தவொரு கட்டுப்பாடும் இல்லாமல் உரக்க அழுதபடியிருந்தாள்.

இரண்டாவதாக சடங்குகள் சீக்கிரம் முடிவதற்காக குற்ற உணர்ச்சி ஏதும் இல்லாமல் நான் காட்டிய அவசரம்தான். புறப்படத் தயாராகும் ரயிலுக்கு முன்னால் கைவீசி நிற்கும் பயணியைப் போல நான் பதட்டமானேன். நிஜம் முடிவுக்கு வந்தால் மட்டுமே நினைவுகளைத் தொடர முடியும். உடலை உள்ளே அனுப்பி கன்வேயர் பெல்ட் செருகப்பட்டபோது நாராயணன் திக்காமல் ‘குட்பை அப்பா’ என்று கத்தினான். அதைச் சொல்ல அவன் நிறைய நேரம் பயிற்சி எடுத்திருப்பான் என்று எனக்குத் தோன்றியபோது அந்த நேரத்தின் கூச்சம் ஏதுமின்றி சிவந்த அவனுடைய கன்னங்களில் அழுத்தி முத்தமிட்டேன்.

அன்று மாலை அம்மாவைத் தவிர துக்க வீட்டிற்கு வந்தவர்களெல்லாம் பிரிந்து போனபோது எனக்குத் தனிமையை

விட அதிகமாக தூங்க வேண்டும் என்ற எண்ணமே வந்தது. இந்தத் தூக்கம், மனதை விடவும் சோர்ந்து போன உடலுக்குத் தேவையான தூக்கம். இதுதான் வேறொரு வாழ்க்கையின் தொடக்கம். மறுநாள் காலையில் ஆழ்ந்த உறக்கத்திலிருந்து விழித்த அலுப்பில், ஜன்னலின் வெளியே பஞ்சுமரத்தில் கிளிகள் விடியற்காலையின் குளிர்ந்த காற்றை இசையாக மாற்றிக் கொண்டிருப்பதைக் கேட்டுக் கொண்டே படுத்திருந்தபோதுதான் சட்டென முகுந்தன், ஒரு இறந்த உடலாகக்கூட என்னுடன் இல்லாத முதல்நாள் என்பது என் நினைவிற்கு வந்தது. அந்த நினைப்பை முழுமையாய் உணர நான் அழாமல் அப்படியே கண்மூடிக் கிடந்தேன். அப்போதுதான் இறந்தவர்களின் மீதான வாழ்பவர்களின் மேலாதிக்கம் எனக்குப் புரிந்தது. இறந்தவர்கள் மௌனிகள் என்ற வாக்கின் இயல்பான மறுபக்கம் வாழ்பவர்கள் பேசிக்கொண்டே இருக்கிறார்கள் என்பதுதான். இறந்தவர்களைப் பற்றிக் கூட்டியும் குறைத்தும் எந்தவொரு எதிர்க்கருத்தும் இல்லாமல் அவர்கள் பேசிக் கொண்டேயிருக்கிறார்கள்.

கட்டிலின் அருகில் படுத்திருந்த எங்கள் நாய் ப்ரூனோ (சில நேரங்களின் எஜமானனை ப்ரூனோ எப்போதோ மறந்திருந்தது) சில நேரங்களில் சூன்யத்தில் ஏதோ கேட்டதுபோல காதை உயர்த்தியபோது, நான் வாசல்பக்கம் பார்த்தேன். கதவின் தாழ்ப்பாளைச் சத்தமில்லாமல் திறந்து நாராயணன் கிரிக்கெட் பேட்டை எடுத்துக் கொண்டு வெளியே போவதை நான் பார்த்தேன். பின்னாலேயே டோரியும் போகிறாள். என் பார்வையில் தவறு செய்துவிட்டதைக் கண்டுபிடித்துவிட்ட உணர்வு வெளிப்பட்டபோது சங்கடத்தோடு அவர்கள் நின்றார்கள். அவர்களை வெளியே போகச்சொல்லிக் கையசைத்தேன். சில நேரங்களில் அவர்களின் அப்பாவை நினைத்து அழத்தொடங்கினேன். அழுகை ஒரு தொற்று வியாதியைப் போல அம்மாவையும் எங்கள் வீட்டு வேலைக்காரியையும் பாதித்தது.

நேற்றைய பத்திரிகைகளிலெல்லாம் முகுந்தனின் மரணச் செய்தி வந்திருந்தது. டில்லியின் பிரபலமான நாடக நடிகன் அல்லவா? பலருடைய இரங்கல் செய்திகளும் வந்திருந்தன. எங்கள் மகள் டோரி (இஸடோரா)யின் பெயரை ஒரு பத்திரிகை தவறுதலாக ஐஸ்வர்யா என அச்சிட்டிருந்தது. அவளுக்கு

இஸடோரா என்று பெயர் வைக்கலாமென்று முகுந்தன் சொன்னபோது எனக்கு அது பிடிக்கவில்லை.

"நாராயணன் போல ஏதாவது பழைய பெயர் வைக்கலாமே?"

"நாராயணன்றது என்னோட அப்பா பேரு. நாயர்களான நமக்கு அப்பா என்ற கருத்துருவத்தின்மேல் ஒரு பிடிப்பே மூன்று நான்கு தலைமுறையாகத்தான் கிடைத்திருக்கிறது. அதுவரை நம்மோட ஐடென்டிஃபிகேஷன் எல்லாம் அம்மாவை வைத்துத்தானே. அந்த புதுமைக்காகத்தான் நான் அவனுக்கு என்னுடைய அப்பாவின் பெயரை வைத்தேன்."

"அப்ப இஸடோரா?"

"நம்ம மகள், இஸடோரா டங்கனைப் போல கருத்து சுதந்திரமுடையவளாக வளரனும்."

தொடர்ந்த மூன்று நாட்களும் முகுந்தன், இஸடோரா டங்கனைப் பற்றி மட்டுமே பேசிக் கொண்டிருந்தார். சரீரத்திலிருந்து சலனங்களை விடுவித்து நடனமாடிய இஸடோரா, செய்திகளின் மரச்சட்டங்களை உடைத்தெறிந்து கிரேக்க சிற்பங்களிலிருந்து கண்டுபிடித்த அபிநய முறைகளில் நடனமாடிய இஸடோரா, யாருக்காகவும் கூச்சப்படாமல் துணையை மாற்றிக்கொண்டேயிருந்த இஸடோரா, அதுவும் இருபதாம் நூற்றாண்டின் பழமையில் ஊறிய தொடக்க காலத்தில். இஸடோரா... இஸடோரா... முகுந்தன் அப்படித்தான் இருந்தார். அவர் தேடும் விஷயம் கிடைக்கும்வரை வார்த்தைகளை வேட்டைநாய்களைப் போல அவிழ்த்து விட்டுக் கொண்டேயிருப்பார்.

இதுதான் முகுந்தன் இறந்த பிறகான அவரைப் பற்றிய முதல் ஞாபகம். எதனால் என்னுடைய தனித்தன்மையை முகுந்தன் ஆக்ரமித்து அடக்கிய, மகளுக்கு பெயர் வைக்கும் அந்த சம்பவம் முதலில் ஞாபகம் வந்தது? நினைவுகளில் நாம் நடத்தும் தேர்வுகளினூடாக நம்முடைய ரகசியமான சுயசரிதையை யோசிக்கிறோம். அந்த நிமிடத்தில் முகுந்தனைப் பற்றிய எல்லா தீயநினைவுகளையும் புதைத்து விடுதல் என்ற பலியினை நடத்திடத்

தீர்மானித்தேன்.

முகுந்தனைப் பற்றி என் நினைவில் அற்புதமான நிமிடங்களும் உண்டு. இரண்டு மூன்று வருடங்களுக்கு முன்பு குளிர் விலகாத, காலநிலைகளில் ஜாலங்கள் காட்டும் மே மாதத்தில் என் உடம்பு முழுக்க நீர்க்கொப்பளங்கள் பொங்கின. ஆண் குழந்தைகளின் முலைக்கண்கள் போன்ற சிறிய சிறிய கொப்பளங்கள் என் உடம்பில் படரத்துவங்கிய போதே எனக்கு ஜுரம் அடிக்க ஆரம்பித்தது. மே மாதம் அற்புத மாற்றங்களை முடிவுக்குக் கொண்டு வந்து அச்சுறுத்தும்படியான கொடும் வெயிலோடு தன்னை வெளிக்காட்டியபோது எனக்கு ஜுரம் அதிகமானது. உடல் நலமற்றிருந்த இரண்டு வாரமும் முகுந்தன் அருகிலேயே இருந்தார்.

ஜுரம் அடிக்க ஆரம்பித்த தொடக்கத்தில், ‘ நான் உனக்காக ஒரு மரம் தேடிப் போகிறேன்’ என்று என்னிடம் சொல்லிவிட்டு வெளியே போனார். ரொம்ப நேரம் கழித்து வெயில் கறுப்பாக்கிய முகத்தோடு முகுந்தன் திரும்பி வந்தார்.

“நாம் குடும்பமிருக்கும் இந்த இடத்தில் மரங்கள் சரியாக இல்லை. வசந்த்கஞ்ச்சில் எலக்ட்ரிக்போஸ்ட்டுகள் தான் இருக்கின்றன. வேப்பமரம் தேடி நான் ரொம்ப நேரம் வண்டியில் போனேன்.”

“வேப்பமரமா?”

“பெரியம்மைக்கு வேப்பிலை போட்ட தண்ணியில குளிக்கணும். அதுதான் நல்லது.”

தொடர்ந்த நாட்களில் முகுந்தன் வீட்டிலேயே இருந்தார். தடித்த பர்தாக்கள் கறுப்பாக்கிய எங்களின் படுக்கையறையில் என்னுடனேயே இருந்த முகுந்தனைப் பார்க்கும்போது நாராயணனுக்கு என்மீது பொறாமை தோன்றுவதாகக்கூட நான் சந்தேகப்பட்டேன். கொப்பளங்கள் காயத்தொடங்கியபோது நான் சொரிந்துவிடக்கூடாது என்பதற்காக முகுந்தன் என்னுடைய கைகளைப் பிடித்துக்கொண்டிருந்தார். மீண்டும் அலைந்து தேடி, கொண்டுவந்த வேப்பிலையிட்டுச் சூடாக்கிய நீரில் முகுந்தனே என்னைக் குளிக்க வைத்தார். மஞ்சள், தவிட்டு நிற மஞ்சள்,

கறுக்கத் துவங்கிய நிறங்களிலிருந்த கொப்பளங்கள், பக்குகள் எனப் படர்ந்திருந்த என்னுடைய நிர்வாணத்தைப் பார்த்து முகுந்தன் 'புள்ளிப்புலி' என்று கிண்டலடித்து வெடித்துச் சிரித்தார்.

அக்டோபரில் இலைகள் உதிர்வது போல என் உடல் பக்குகளை உதிர்த்தது. நான் மீண்டும் வீட்டு எஜமானியான அன்று முகுந்தன் உடைகளும், காமிராவும், ஃபிலிம் ரோல்களும் எடுத்து பெட்டியில் அடுக்குவதைப் பார்த்தேன்.

"நான் போகிறேன். ஒரு வாரத்திற்கு பிறகுதான் வருவேன்."

"எங்கப் போறீங்க?"

"எனக்குத் தனியா கொஞ்சநாள் வண்டியில போகணும்போல இருக்கு."

"எங்கே?"

"ஜெய்சல்மர் போகணும்னு நினைக்கிறேன்."

"இந்த வெயில் காலத்தில பாலைவனத்துக்கா?"

"பாதைகளெல்லாம் அரவமின்றி மௌனமாக இருக்கும். தனிமையை அனுபவித்துக்கொண்டு நகர்ந்து கொண்டேயிருக்கலாம். அப்புறம் ஜெய்ஸல்மாரில் நிறைய அலிகள் இருக்கிறார்கள். அலி முகங்களின் ஆல்பம் ஒன்றைத் தயாரிக்க ரொம்ப நாளா யோசித்திருக்கிறேன்."

கோடைவிடுமுறையாக இருந்தும் என்னையும் குழந்தைகளையும் விட்டுவிட்டுப் போன முகுந்தன் எங்களைத் தவிர்க்கவில்லை என்பது எனக்குத் தெரியும். சில நேரங்களில் முகுந்தன் சில காட்சிகளைப் பார்க்கிறார். அதன் வழி செயல்படவும் செய்கிறார். ஆனால் தீர்க்கதரிசிகளின் உணவு மற்றவர்களின் ஆத்மாக்களாக இருக்கிறது.

முகுந்தன் மரணமடைவதற்கு முந்தைய மார்ச் மாதத்தின் ஒரு ஞாயிற்றுக்கிழமை. செங்கோட்டையின் பின்புற மைதானத்திலிருந்த ஆக்ரிபஜாரிலிருந்து கிராமஃபோன் ரெக்கார்டுகளை வாங்கிக் கொண்டு வந்தார். பழைய குடை வடிவிலான கிராமஃபோன் பெட்டியைச் சாவி கொடுத்து பாடவைக்கத் தொடங்கிய போது, "கொஞ்சம் சத்தத்தைக்

குறைக்கிறீர்களா?" என்றேன் நான்.

" இதுல சத்தத்தைக் கூட்டவோ, குறைக்கவோ முடியாது"

" நாளைக்கு நாராயணனுக்குப் பரீட்சை இருக்கு. தெரியுமா உங்களுக்கு?"

" சரிசரி அப்துல்கரீம்கான்தான் பாடறார். அதிருக்கட்டும் நாராயணன் எப்படி படிக்கிறான்?"

" ரேங்க் கார்டுல நீங்கதானே கையெழுத்து போடறீங்க?"

" நான் கவனிக்கறதில்லை." கார்ச்சாவியுமாகத் தனிமையான வேறொரு பயணத்திற்குப் புறப்பட்டபடியே சொன்னார். அவர் பதிலில் வாடிப்போன என் முகத்திற்கு ஒரு விளக்கம் தேவையென்று அவருக்கு தோன்றியிருக்கலாம்.

" நான் ஒரு நாடக நடிகன் தானே? நாடகம்னா என்ன? வாழ்க்கை. தினசரி வாழ்க்கையிலிருந்து வழக்கமான செயல்களை அறுத்தெறிந்த வாழ்க்கை."

பேசிக்கொண்டே சிரித்தபடி வெளியே போனார்.

சில நேரங்களின் நாடகநடிகனின் நாடக சங்கம் டில்லியில் வருடத்திற்கு ஒருமுறை ஒரு நாடகம் அரங்கேற்றிக் கொண்டிருந்தது. கமானி ஆடிட்டோரியத்தில் கடைசி கடைசியாக அவர்கள் நடத்திய நாடகத்தின் முதற்காட்சி முடிந்தபோது நான் வழக்கம்போல முகுந்தனைப் பாராட்டுவதற்காக ஆண்களின் ஒப்பனைஅறைக்குப் போனேன். வெளிச்சம் சிதற, வேர்வை படர்ந்திருந்த அரை நிர்வாண ஆண்கள், அங்குமிங்கும் நகர்வதற்கிடையில் முகுந்தன் நிற்பதைப் பார்த்தேன். அவர் நாடகத்திலிருந்து முழுவதுமாக விலகியிருக்கவில்லை. ஸ்பாட் லைட்டின் கீழே மணிக்கணக்காக நின்றிருந்ததால் அவருடைய கண்கள் அப்போதும் சிவந்தேயிருந்தன. பாதிக்கண்களை மூடியபடி முகுந்தன் ஏதோ ஒரு மனநிலையிலிருந்து வெளியே வர முடியாமல், " இதோ கார்ச்சாவி, நீ வீட்டுக்கு போயிரு" என்றார்.

" அப்ப நீங்க?"

"முதல் ஷோ பிரமாதமாயிருந்ததுன்னு எல்லாரும் சொல்றாங்க. பத்திரிகைகள் ரொம்பப் பாராட்டி எழுதும். நாங்கள்

இதைக் கொண்டாடுவதற்காக மௌர்யா ஹோட்டலின் டிஸ்கொதேக்குப் போகிறோம். வீட்டுக்கு வர நேரமாகும்."

சுற்றிலும் பார்த்தபோது அறையிலிருக்கும் மற்ற ஆண் நடிகர்களின் மனைவிகள் ஒவ்வொருத்தராக வந்து கொண்டிருந்தார்கள்.

வீட்டுக்குத் திரும்பும்போது காரின் ஜன்னல்களை எல்லாம் மேலே ஏற்றிவிட்டு கையில் கிடைத்த டேப்பை அதிக சத்தத்தில் வைத்தேன். சிறுவயதிலிருந்தே சுகமற்ற நினைவுகளை மேலெடுத்துச் செல்லாமலிருக்க நான் பயன்படுத்திய தந்திரம் இதுதான். நாடகக் குழுவின் மற்ற ஆண்கள் தங்களுடைய மனைவிகளை அழைத்துக் கொண்டு டிஸ்கொதேக்குப் போகும்போது எனக்கு மட்டும் ஏனிந்த விலக்கு? முகுந்தனின் கல்மிஷமற்ற நினைவுகளில் என்னைத் தனிமைப்படுத்த வேண்டுமென்ற எண்ணம்கூட இருக்க முடியாது என்று எனக்குத் தோன்றியபோது அவரை இதுபோன்ற நிமிடங்களில் வெறுப்பதற்குண்டான சுகம்கூட எனக்குத் தடை செய்யப்பட்டிருப்பதாய் நான் நினைத்தேன்.

குழந்தைகளின் முன்னால் அழாமலிருப்பதற்கு நான் வண்டியை இருட்டை நோக்கி நகர்த்தி நிறுத்தி, ஸ்டியரிங்வீலில் தலைசாய்த்து, மறைத்துவைத்து குடிப்பவர்களைப் போல நான்கைந்து மூச்சு அழுதேன். இரவு மூன்று மணிக்கு முகுந்தன் வீட்டிற்குத் திரும்பியவுடன் தூங்கிக் கொண்டிருந்த என்னை முத்தமிட்டார். கண் திறந்து பார்த்தபோது முகுந்தனின் முகத்தில் மிகப்பெரிய ஆச்சரியம் படிந்திருந்ததைக் கண்டேன். என் கன்னத்தில் கண்ணீரின் உப்பை அவர் சிறிதும் எதிர்ப்பார்த்திருக்க மாட்டார்.

" போற வழியில கான்பஜாரிலிருந்து உனக்காக நான் வாங்கின ஆர்க்கிட்."

பளபளப்பான காகிதத்தில் சுற்றப்பட்ட ஒரு நீண்ட பூச்செண்டை முகுந்தன் என் மார்பின் மீது வைத்தார். நீண்ட கூர்மையான முனையுடன் கூடிய மலர்ந்திராத மஞ்சள் சிவப்பு நிறத்திலிருந்த ஐந்து இதழ்களைக் கொண்ட பூக்கள் எனக்குப் புதுமையாக இருந்தது. நான் பட்டென எல்லாம் மறந்து என்

இடக்கையை முகுந்தனின் கழுத்தைச் சுற்றி வளைத்தபடி பழைய ஓக் மரங்களின் சுவையுள்ள அவருடைய விஸ்கி உதடுகளைக் குடித்தேன்.

விளையாட்டு வீரர்களைப் போல, டிரப்பீஸ் விளையாடும் வீரர்களைப் போல நடிகனாயிருந்த முகுந்தன் அவருடைய உடம்பை ஒரு கருவியாகப் பயன்படுத்தியிருந்தார். அதனால் அவர் நல்ல காமுகனாகவும் இருந்தார். ஆனாலும் எங்கேயோ ஒரு நெருக்கமின்மையை நான் உணர்ந்தேன். அவருடைய ஒவ்வொரு சலனமும், ஒவ்வொரு வார்த்தையும் நாடக வசனங்கள் போல, பின்னாலிருந்து யாரோ சொல்லிக் கொடுத்துக் கொண்டிருந்ததாக எனக்குத் தோன்றியது. நான் முகுந்தனின் நடிப்பை, டிரஸ் சர்க்கிளில் அமர்ந்து பார்க்கும் பார்வையாளன் மட்டுமே. நாங்கள் இருவர் மட்டுமே அமர்ந்திருக்கும் போதெல்லாம்கூட, ஒருவேளை நான் தனித்திருப்பேன். இல்லையெனில், எங்களோடு அரூபமாக யாரோ, நாடகம் சொல்லிக்கொடுத்துக் கொண்டிருக்கும் ஒரு மூன்றாம் நபர் கூடவே இருப்பதாகத் தோன்றும்.

முகுந்தனின் மரணத்திற்குப் பிறகு இரங்கல் தெரிவிக்க வந்தவர்களின் முகங்களை அவர்களுக்குத் தெரியாமல் நான் கவனித்துக் கொண்டிருந்தேன். அவர்களின் நெற்றிக் கோடுகளில், கடைக்கண்களில், கையசைவுகளில் முகுந்தனோடான பிரியத்தை விடவும் விருப்பம் நிறைவேறாமல் போனதால் உண்டான மனவருத்தம்தான் இருந்தது. ரசிக்க வைத்துக் கொண்டிருந்த ஒரு நாடகம், ஒரு காட்சி, எதிர்பாராத வேளையில் முடிந்துபோனதால் ஏற்பட்ட மன வருத்தம். எம்.ஜி.ஆரும். ஜான் லெனனும், எல்வீஸ் ப்ரீஸ்லீயும் இறந்தபோது ஏற்பட்ட சமூக துக்கத்தின் சிறிய, மிகச்சிறிய பாதிப்பு. அவ்வளவேதான். மரணமடைந்த நடிகனைப் பலரும் ஆராதித்திருந்தாலும் யாருக்கும் அவரிடம் ஆழ்ந்த துக்கம் இருந்ததாக எனக்குத் தோன்றவில்லை. என் நினைவில் முகுந்தனின் மரணத்தில் அதீத துக்கத்தை வெளிப்படுத்திய ஒரே ஒரு சப்தம் மட்டுமே கேட்கிறது. அவருடைய இறுதிச்சடங்கில் வெள்ளையாக, உயரமாக கறுப்பு சல்வார் கமீஸின் உள்ளே கொடிபோலப் படர்ந்திருந்த அந்தப் பெண்ணின் அடக்க முடியாத அழுகை.

அவளைப்பற்றி முகுந்தனின் பால்ய சினேகிதன் பிரேமிடம்

கேட்கலாமென்று நினைத்தேன். மரணத்திற்கு சற்று முன்பான சில வருடங்களில் முகுந்தன் பிரேமிடமிருந்து அகன்று கொண்டிருப்பதாக எனக்குத் தோன்றியிருந்தது. அதிக தூரம் ஓடும்போது உறவுகள்கூட மூச்சிறைத்து நின்றுவிடுகின்றன. அதனால் சமீபத்தில் முகுந்தனுக்கு நெருக்கமாயிருந்த பத்திரிகையாளன் அனில் சக்சேனாவை ஃபோனில் அழைத்தேன். அவர் தனிமையிலிருந்தார். முதல் அழைப்பிலேயே ஃபோனை எடுத்தார்.

"அனில், முகுந்தனின் இறுதிச்சடங்கில் அதிகமாக அழுத அந்த உயரமான பெண்ணைத் தெரியுமா உங்களுக்கு?"

"தெரியலயே. நானே உங்களைக் கேட்கலாமென நினைத்தேன்."

"இதற்கு முன்னால் நான் அந்தப் பெண்ணைப் பார்த்ததில்லை."

"முகுந்தன் அலுவலகத்தில் வேலை செய்கிறாளா? ஸ்டெனோ, பி.ஏ. மாதிரி?"

"இல்லையில்லை. அங்க எல்லாரையும் எனக்குத் தெரியும்."

"நாடக சங்கத்தில்? டில்லி நாடக சங்கத்தில்?"

"அங்கேயும் இந்தப்பெண் இல்லை. அங்கே எல்லாரோடும் எனக்குப் பழக்கமிருக்கு."

அடுத்ததாக முகுந்தனின் நாடகங்களை எப்போதும் தயாரித்திருந்த ரவிமின்ஹாசைத்தான் நான் ஃபோனில் அழைத்தேன். ரவிக்கு அவளைத் தெரிந்திருந்தது. பெயர் நளினிநாயர். நேஷனல் ஸ்கூல் ஆஃப் டிராமாவில் நாடகம் பயிற்றுவிப்பவள். வயது இருபத்தைந்திற்குள்தான் இருக்கும். ஸ்கூல் ஆஃப் டிராமாவின் **1993**-ம் வருட மாணவி. அவள் அடிக்கடி முகுந்தன் நடிக்கும் நாடகரிஹர்சல் பார்க்க தன் மாணவர்களுடன் வந்திருந்தாள். திருமணமாகாதவள். பெங்காலி மார்க்கெட்டின் காலேஜ்லைனில் ஒரு அறை கொண்ட ஃப்ளாட்டில் வசிக்கிறாள்.

மரணத்திற்குப் பிறகான இன்னுமொரு சடங்கு

பாக்கியிருந்தது. முகுந்தனின் புகைப்படத்தைப் பெரியதாக்கி வீட்டில் வைப்பதுதான் அது. அம்மாவும், குழந்தைகளும் நானுமாக அழகுக்கு பொருள் சொன்ன முப்பத்தைந்து வயதுடைய முகுந்தனின் புகைப்படத்தை தேர்ந்தெடுத்தோம்.

பெங்காலி மார்க்கெட்டில் ராமாஸ்டுடியோவிலிருந்து பெரியதாக்கி லேமினேட் செய்த முகுந்தனின் படத்தை வாங்குவதற்காக கார் எடுத்துக் கொண்டு போன எனக்கு திடீரென நளினியைப் பார்க்கவேண்டுமென்று தோன்றியது. கதவைத் திறந்தவுடன் அவள் என்னை எதிர்ப்பார்த்திருந்தவளாய், "நீங்கள் வருவீர்களென்று எனக்குத் தெரியும்" என்றாள்.

நளினியின் அறை பெரியதாயிருந்த போதிலும், கெட்டியான கைத்தறித் திரைச்சீலைகளுக்குள் அரித்து உள்ளேறிய வெளிச்சம் அதைச் சிறியதாக்கிக் காண்பித்தது. அங்குமிங்குமாகப் போடப்பட்டிருந்த பிரம்பு நாற்காலிகளும், தரையில் போடப்பட்டிருந்த மெத்தைகளும், அறையின் எளிமையைக் கூட்டிக் காண்பித்தது. அதன் மூலையில் ஓர் ஒற்றை ஸ்பாட்லைட்டின் கீழே அவள் வீட்டிலிருந்து கொண்டு வந்திருந்த பாரம்பரியமான உருளிகளும், கிண்டிகளும், பெரிய விளக்கும், சிறிய மரக்காவும் நாடகத் தன்மையோடு இருந்தன. மேஜைமீது சின்னப் பூத்தொட்டியில் வட்டவடிவமான ஒரு கள்ளிச்செடியும், நாடக அரங்கில் முகுந்தனுடன் நளினி சேர்ந்து நிற்கும் படமும் இருந்தன. சுவரில் சதுரங்கக் கட்டங்கள் போல இருட்டிலும் வெளிச்சத்திலுமாக இடம்விட்டு இடம்விட்டு, முகுந்தன் புகைப்படமெடுத்த திபெத்திய அகதிகளின் முகங்கள் ஒரு பலகையில் ஒட்டப்பட்டிருந்தன.

"எதனால் நான் வருவேனென்று தோன்றியது?"

"நீங்கள் வரவேண்டியவர்தானே?"

"எனக்குப் புரியவில்லையே?"

"முகுந்தன் சொல்லவில்லையா?"

"என்ன?"

"ஒன்றுமில்லை"

"என்ன?" - என்னுடைய குரல் வேறொன்றாக எனக்கே

கேட்டது.

"டீ போடட்டுமா?" - நளினி சாந்தமான குரலில் கேட்டாள். சமையலறைக்கு நகரும் அவளுக்கு முன்னால் வழிமறித்தபடி நின்று கொண்டு கேட்டேன்.

"என்ன? எதை முகுந்தன் என்னிடம் சொல்லவில்லை?"

"ஒன்றுமில்லை" - நளினி கண்களைத் தாழ்த்தியபடி சொன்னாள்.

"என்னன்னு சொல்லு?" நான் அவளைப் பிடித்து உலுக்கினேன். சட்டென நளினி கூச்சமற்றவளாக மாறுவதை நான் உணர்ந்தேன்.

"நாங்கள் ... நாங்கள்... காதலர்களாக இருந்தோம்."

"பொய்" - நான் அழத் தொடங்கினேன். என்னைத் தனியாளாக்கி சில துணிகளை எடுத்துக்கொண்டு நளினி குளியலறைக்கு நகர்ந்தாள். ஐந்து நிமிடத்தில் திரும்பி வந்த அவள் மயிலிறகின் பச்சைநிறமுள்ள உடையை அணிந்திருந்தாள். உடையின் ஓரங்களிலிருந்த பிளவுகளின் வழியாக அவளுடைய மினுமினுப்பான, ரோமங்களில்லாத கால்களைக் காணமுடிந்தது. சுவரில் மாட்டியிருந்த கண்ணாடியின் முன்னால் நின்று கொண்டு உதட்டிலும், இமைகளிலும் பளபளக்கும் சாயத்தைப் பூசியபடியே 'எனக்கு இன்றைக்கு ஒரு விருந்திற்குப் போகவேண்டும்' என்றாள்.

எனக்கு அழுகை ஒரு பழக்கமாகவே மாறியிருந்தது. அதனால் நான் என் மனதறியாமல் தேம்பிக்கொண்டிருந்தேன். நளினி அலமாரியைத் திறந்து ஒரு பழைய நாகபடமாலையை வெளியே எடுத்தாள். அதன் பச்சைக் கற்கள் அவளுடைய உடையின் பச்சை நிறத்தை மேலும் ஒளிரச் செய்தன. நாகபட மாலையின் பழமைத்தன்மை அவள் அணிந்திருந்த மேற்கத்திய உடையுமாக பொருந்தியபோது அபூர்வமான ஒரு அழகு உண்டானது. அவளை, எப்போதும் முடியில் விரல் கோதும், இடக்கண்ணைச் சிமிட்டும் முகுந்தனினூடாகப் பார்க்கத் தொடங்கியபோது என் அழுகையின் சப்தம் அதிகமானது. இம்முறை ரொம்ப நாட்களுக்குப் பிறகு என் மன விகாரங்களுக்குள் தட்டி எழுப்பப்பட்ட பொறாமையால்தான் நான் அழுதேன்.

"முகுந்தன்தான் எனக்கு இப்படி அலங்காரம் செய்யக்கற்று

கொடுத்தார்."

"எப்படி?" - அழுகை அடங்கக் காத்திருந்த நான் கேட்டேன்.

"இப்படி, புதிய மேற்கத்திய உடையுடன் பாட்டியின் பாரம்பரிய நகையான நாகபடமாலை. முகுந்தன் இதை ஷேக்ஸ்பியர் மாடல் என்றுதான் சொல்வார்."

"ஷேக்ஸ்பியர் மாடல்?" நான் கேட்டேன். அவர்களுக்கிடையில் ஒரு சங்கேதமொழியே உண்டாயிருந்ததாக எனக்குத் தோன்றியது.

"ஆமாம். முகுந்தன் சொல்வது போல, ஷேக்ஸ்பியர் லத்தீன் பெயர்களோடான கொஞ்சம் வார்த்தைகளைக் கொண்டு மாலை கோர்க்கிறார். இடையில் சிறிய இடி முழங்குவது போல, ஒரு தனித்த ஆங்கிலவார்த்தையும் போடுவார். பாட்டியின் பழைமையான நாகபடமாலை."

முகுந்தனின் பாவனைகளோடும், அசைவுகளோடும்தான் நளினி இதைச் சொன்னாள். அது அவர்களின் நெருக்கத்தை மிகவும் துல்லியமாக எடுத்துக்காட்டுவதாக எனக்குத் தோன்றியபோது நான் நளினியை வெறுத்தேன். சிலர் காதலிப்பதுபோல, நான் தீவிரமாக வெறுத்தேன்.

"உனக்கு நாகபடமாலை. எனக்கு விதவைக்கோலம்."

என்னுடைய சில நேரங்களின் கணவன், உன்னுடைய விருப்பத்திற்குரியவன். எனக்கு தினப்பத்திரிகைக்கும், மளிகை கணக்கிற்கும், கரண்ட் பில்லிற்கும் காசு கேட்கப்பட வேண்டியவன். உனக்கு ஷேக்ஸ்பியர் சொல்லித் தருபவன். எனக்கு என்னுடைய புதிய அலங்காரத்திற்கும் நான் பூசிய அத்தருக்கும் அவனின் கவனத்தைத் திருப்பி வாழ்த்து பெற வேண்டியவன், உனக்கு அலங்காரம் செய்து கொடுப்பவன், எனக்கு உனக்கு... உனக்கு எனக்கு... முணுமுணுத்தபடி பெங்காலி மார்க்கெட்டிற்கு காரை ஓட்டிக்கொண்டிருந்தேன்.

முகுந்தனின் புகைப்படம் கொடுத்திருந்த ஸ்டுடியோவிற்கு முன்பாக காரை நிறுத்துவதற்கான இடத்தைத் தேடிக் கொண்டிருந்த நிமிடத்தில் சட்டென நான் காரைத் திருப்பினேன். பின்னர், படிகளைத் தாவித்தாவி தாண்டுவது போல ஒவ்வொரு கியராக மேலேற்றினேன். ஒன்றிரண்டு முறை என்னைப் பிடித்து

உலுக்கிய பிறகு வண்டி வேகம் பிடித்தது. மண்டிஹவுஸின் முன்னால் பெரிய வட்டத்தின் வளைவில் வேகமாகக் காரைத் திருப்பியபோது சக்கரங்கள் ஆழத் தேய்ந்து டயரின் நீண்ட அடையாளங்களைச் சாலையில் பதித்தது.

அன்று இரவு தூங்க முடியாதென்று முன்கூட்டியே எனக்குத் தெரிந்திருந்தது. ஆனால் தொடர்ந்த பல இரவுகளிலும் நான் தூங்கவில்லை. முகுந்தனையும் நளினியையும் ஒன்றாக நான் நினைத்துக் கொண்டபோது முக்கியமாக நிர்வாணத்தில், நிற்க நடக்க யோசிக்க முடியாமல் நான் வீட்டின் அறைகளிலிருந்து அறைகளுக்கு நடந்தபடி என் எண்ணங்களைத் தவிர்த்தேன்.

ஒருநாள் இரவு தூக்கமாத்திரையால்கூட அழுத்தி மங்க வைக்க முடியாத உணர்வுடன் நான் சமையலறையின் அலமாரியைத் திறந்து முகுந்தன் விட்டுச் சென்ற விஸ்கி சேகரிப்பிலிருந்து க்ளென்ட்ஃபிடிச்சின் பச்சை பாட்டில் திறந்து, அளவைப் பார்க்காமல் ஐஸ் கட்டிகள் நிறைந்த கண்ணாடி டம்ளரில் ஊற்றி இருண்ட வரவேற்பறைக்குப் போய் உட்கார்ந்தேன். அங்கே திறந்திருந்த டி.வி.யின் ஒற்றை வெளிச்சம் மட்டுமே இருந்தது. அதன் இருட்டும் வெளிச்சமும் பார்த்தபடி, குளிர்ச்சியால் வேர்த்துப் போன டம்ளரிலிருந்து விஸ்கி குடிக்கும் போது பின்னால் அம்மா நின்று கொண்டிருப்பதை நான் உணர்ந்தேன்.

"பாவம்" - என் முடியைத் தடவிக்கொண்டு அம்மா சொன்னாள். அம்மாவின் கையை விலக்கி நான் குதித்தெழுந்து படுக்கை அறைக்கு நடந்தேன். அறைக் கதவை அறைந்து சாத்திய பிறகு தலையணைகளை ஒவ்வொன்றாக சுவற்றை நோக்கி எறிந்தேன். கதவின் வெளியில், அதைத் தட்டும் தைரியமின்றி அம்மா ஒதுங்கி நின்றாள்.

இரண்டாவது முறை நான் நளினியை கனிஷ்கா ஹோட்டலின் காஃபி ஹவுஸில்தான் பார்த்தேன். அன்று காலையில் அவள் ஃபோனில் என்னைக் கூப்பிட்டிருந்தாள். கொஞ்ச நாட்களுக்குப் பிறகு நான் வீட்டிலிருந்து வெளியே செல்ல புறப்பட்டபோது, அம்மாவும் குழந்தைகளும் முகுந்தனின் புகைப்படத்தை வாங்கிக்கொண்டுவர ஞாபகப்படுத்தினார்கள்.

காஃபி ஹவுஸில் நாங்கள் அமர்ந்த இடத்திற்கு நேராகப்

பார்க்கும்போது கண்ணாடிக் கதவுகளுக்கப்பால் நீலநிறத் தண்ணீருடன் நீச்சல்குளம் தெரிந்தது. சோவியத் யூனியன் உடைந்தபிறகு பல நாடுகளாகச் சிதறி விழுந்த பாகங்கள் அதில் நீந்திக் கொண்டிருந்தன. சுருண்ட, தங்க நிற முடியுடைய, சதைத் திரட்சி மிகுந்து காணப்பட்ட ஒரு அழகன் (கசாக்குகாரன்? உஸ்பெக்கி?) தண்ணீரிலிருந்து துளித்துளியாய் உயர்வதை நளினி கண்ணிமைக்காது பார்த்துக்கொண்டிருந்தாள். நான் புன்னகையை அடக்கியபடிக் கேட்டேன்.

"எதற்கு என்னைப் பார்க்க வேண்டுமென்றாய்?"

"நீங்கள் அதைத் தெரிந்துகொள்ள வேண்டுமென்று நான் நினைத்தேன். முகுந்தன் அதைப்பற்றிச் சொல்லாமல் இருந்ததிலிருந்து முதல்முதலாக தைரியமின்றி இருந்ததாக எனக்குத் தோன்றியது. அதைத் தீர்க்கத்தான் கூப்பிட்டேன்."

"உன் சில நேரங்களின் காமுகனிடம் ஒரு நன்றிக்கடன் இல்லையா?"

"முகுந்தன் எப்போதும் என்னுடனிருந்தார். ஒரு வேளை இப்போதும்" அவள் கண்கள் கலங்கத் தொடங்கின.

"ம்"

"முதல்முதலாக நான் நாடகத்தில் தலைகாட்டியபோது மேடைக்கூச்சத்தைப் போக்க என்னை இந்தியாகேட்டின் புல்படுக்கையில் நடக்கவைத்த முகுந்தன்."

"அப்புறம்?"

"அப்புறம், ம்... என்னவெல்லாம்... நான் சமையல் செய்யாத நாட்களில் ஜும்மா மசூதியின் கரீம்ஸிலிருந்து உருமாலி ரொட்டியும் கறிக்குருமாவும் வாங்கிக் கொண்டு வரும் முகுந்தன்."

"அப்புறம் உனக்கு சுகமில்லாத நேரத்து முகுந்தன் எப்படி?"

"ஐ. என். ஏ. மார்க்கெட்டிலிருந்து நொய்யரிசி வாங்கி வந்து கஞ்சி வைத்துத்தந்த முகுந்தன்."

"இரவு பகல் உன்னுடைய கையைப்பிடித்தபடி பக்கத்திலேயே இருந்த முகுந்தன்?"

"ஆமாம், குளிர்ந்த நீரில் டவலை முக்கியெடுத்து நெற்றியில்

ஒத்தடம் தரும் முகுந்தன்."

"ஜுரம் சரியானபோது உன்னை விட்டுவிட்டுத் தனியாக காரை ஓட்டியபடி பல வாரங்கள் காணாமல் போன முகுந்தன்?"

"இல்லை. ஜுரம் சரியானபோது எனக்கு ஓய்வு தேவையென நினைத்து தரம்சாலையின் மக்லோயிட்கஞ்ச்சிற்கு காரில் என்னை அழைத்துக் கொண்டுபோன முகுந்தன். அங்கே நான் காண்பித்த திபெத்தியர்களின் அகதி முகங்களை எல்லாம் முகுந்தன் புகைப்படமெடுத்தார்."

முதல்முதலாக முகுந்தனிடம் எனக்குப் பகைமை எழுந்தது. கோபம் என்னைச் சுற்றிச் சூழன்று கறுப்பாக்கத் தொடங்கியது. கோபம் புருவங்களுக்கிடையில், நெற்றியின் நடுவில் சுருசுருவெனக் குத்தும் ஒரு நரம்பும் கூடத்தான். நான் கண்மூடி கையைத் துழாவியபோது, தேநீர் தட்டில் வெள்ளி பூசிய கனமான சர்க்கரைக்கிண்ணம்தான் என் கையில் கிடைத்தது. நான் அதையெடுத்து காபி ஹவுசுக்கும், நீச்சல் குளத்திற்கும் இடையிலான கண்ணாடிச்சுவரை நோக்கி வேகமாக எறிந்தேன். சர்க்கரை, பனிபொழிவது போலச் சிதறியது. கண்ணாடி சிதறும் சப்தம் கேட்டு, வெளிநாட்டினரான நீச்சல்காரர்களின், வெயில் இன்னும் சிவக்க வைக்காத வெள்ளை முகங்கள் மேலும் வெளிறின. எங்களைச் சுற்றி ஹோட்டல் பணியாளர்கள் சூழ்ந்தனர். மேஜை மீது தலைவைத்து அழுது கொண்டிருந்த எனக்கு நளினியும் அவர்களுமாகப் பேசிக் கொண்டிருந்தது என்னவென்று ஞாபகமில்லை. நளினி என்னைப் பிடித்து எழவைத்து, அணைத்தபடி மெதுவாக நடக்க வைத்து, காரில் கொண்டுவந்து விட்டாள்.

வீட்டை வந்தடைந்தபோது குழந்தைகள் இருவரும் வாசலிலேயே நின்று கொண்டிருந்தனர்.

"அ... அ... அப்பாவோட ஃபோட்டோ?" நாராயணன் திக்கியபடி கேட்டான்.

"அப்பாவின் ஃபோட்டோ?" - டோரி கேட்டாள்.

"முகுந்தனின் ஃபோட்டோ?" - அம்மாவும் விசாரித்தாள்.

"வாங்கிட்டு வரலை." - நான் அலறியபடி சொன்னேன்.

பிறகு படுக்கையறைக்குச் சென்று கதவைத் தாழிட்டேன்.

ஐந்தாறு நாட்கள் கடந்தபோது நளினி என்னை ஃபோனில் அழைத்தாள்.

"கொஞ்சம் வரமுடியுமா? எனக்கு உங்களை அவசியம் பார்க்கணும்."

"நான் யாரையும் பார்க்க விரும்பல."

"எனக்கு உங்களைத் தவிர வேறு யாரையும் பார்க்க வேண்டியதில்லை. நீங்கள் வந்தே ஆகணும்." நளினியின் குரல் உடைந்தது.

அவளுடைய அறையில் அழகும், ஒழுங்கும் மாறியிருந்தது. கள்ளிச்செடியும், முகுந்தனுடனான அவளுடைய ஃபோட்டோவும் வைக்கப்பட்டிருந்த மேஜைமீது எறும்பு ஊர்ந்திருந்த எச்சில் பாத்திரங்கள் சிதறிக் கிடந்தன. கட்டிலில் அவளுடைய அழுக்கான இரவு உடை. தரையில் பாதி குடித்து வைத்திருந்த தேநீர் கோப்பையில் ஏடு படிந்திருந்தது.

"நான் கர்ப்பமாயிருக்கிறேன்." நளினி சொன்னாள்.

நான்கைந்து முறை மனதில் சொல்லிப் பார்த்த பிறகு நான் கேட்டே விட்டேன்.

"என்ன முடிவெடுத்திருக்கிறாய்? கொல்லவா? வளர்க்கவா?"

வீட்டின் படுக்கையறைச் சுவரில் தொங்கவிடப்பட்டிருந்த சோறூட்டும் நாளில் எடுத்திருந்த ஆறுமாதக் குழந்தையான முகுந்தனின் புகைப்பட நினைவில், குழந்தைப்பருவ நாராயணனின் நினைவில், சிவந்த கண்களும், நீண்ட மூக்கும் கொண்ட சிசுவான முகுந்தனை நான் யோசித்தேன். உயிரோடிருக்கும் போது மீசை வைக்காமல் இருந்ததால் முகுந்தனைக் குழந்தையாகக் கருதுவது எளிமையாக இருந்தது.

உள்ளே சென்று உடைமாற்றி வந்த நளினி, " என்னுடன் கிளினிக்குக்கு வருவீர்களா?" என்றாள்.

"அதுக்கு நானேதான் வரணுமா?"

"உங்களிடமல்லாமல் இதை நான் வேறு யாரிடம் சொல்ல

முடியும்?"

வெளியே வந்தபோது கைநடுக்கம் காரணமாக என்னால் காரோட்ட முடியாதென்றே நம்பினேன். ஒரு ஆட்டோவில் நாங்கள் கிளினிக்குக்குப் போனோம். அங்கே சென்று கருச்சிதைவு முடித்து வெளியேறும்வரை நாங்கள் வெவ்வேறு நிசப்தங்களில் மூழ்கினோம். டாக்ஸியில் திரும்பும்போது மருந்து வாசனையோடு இருந்த நளினி எனக்கு நெருக்கமாக அமர்ந்திருந்தாள். சட்டென அவள் என் தோளில் தலைவைத்து உரக்க அழத் தொடங்கினாள்.

"நான் குழந்தையாயிருக்கும் போதே என் அம்மா இறந்திட்டாங்க."

நான் நளினியின் தலைமுடியை விரல்களால் வருடத் தொடங்கினேன். கொஞ்ச நாட்களாக தலைக்கு குளிக்காமல் இருந்ததால் அவளுடைய முடியில் சிக்கு பிடித்திருந்தது.

அடுத்த சனிக்கிழமை நளினியை ஃபோனில் அழைத்தேன்.

"சாப்பிட வரியா? இன்னிக்குக் குழந்தைகளுக்காக மாங்காய் போட்டு எறால் குழம்பு வைத்திருக்கிறேன்."

"நான் வரேன். குழந்தைகளையும் பார்க்கலாமே."

"வர்ற வழியில பெங்காலிமார்க்கெட், ராமா ஸ்டுடியோவிற்குப் போய் பெரியதாக்கி லேமினேட் செய்யக் கொடுத்திருக்கிற முகுந்தனின் படத்தை வாங்கிட்டு வரியா?"

டோரிதான் முகுந்தனின் போட்டோவைக் கட்டிய கயிற்றைப் பிரித்தாள். குழந்தைகள் இருவரும் அதை வீட்டின் ஒவ்வொரு சுவற்றிலும் வைத்துப் பார்த்தார்கள். கடைசியில் நளினி, படுக்கையறையின் தனிமைதான் முகுந்தனுக்கு மிகவும் பிடிக்கும் என்று குழந்தைகளைச் சம்மதிக்க வைத்தாள்.

சமையலறையில் முகுந்தனுக்கு விருப்பமான உணவு வகைகளை அவசர அவசரமாகச் செய்தேன். தேங்காய்ப்பூ போட்ட கோஸ்பொரியல், தக்காளிரசம், சாம்பார், வறுத்த வெண்டைக்காய் பச்சடி, மாங்காய் போட்ட எறால் குழம்பு, கடைசியில் இனிப்பிற்கு காரமல் கஸ்டர்டு.

நளினி குழந்தைகளின் அறையில் மற்றுமொரு குழந்தையாக

விளையாடிக் கொண்டிருந்தாள். அதற்கிடையில் அம்மா நளினியின் குடும்பம் குறித்தும் உறவினர்கள் குறித்தும் விசாரித்திருந்தாள்.

சாப்பாடு முடிந்தபிறகு டோரி நளினியிடம்," ஆன்ட்டி ஒரு கதை சொல்றீங்களா?" என்று கேட்டாள்.

"ஒரு கதை" - நாராயணனும் கேட்டான்.

"சரி" - நளினி வரவேற்பறையின் கார்ப்பெட்டில் குழந்தைகளை உட்காரவைத்தாள்.

"நீங்கள் முதல்வரிசை பார்வையாளர்கள். அக்காவும் அம்மாவும் பின்னாலிருக்கும் நாற்காலியில் உட்காருங்கள். அது பால்கனி."

நளினி எங்கள் எதிரில் முதுகுகாட்டி நின்றாள்.

சிறிது நேரம் கழித்து அவள் எங்களை நோக்கித் திரும்பிய போது, முகுந்தனைப்போல தன் தலைமுடியினூடாக விரல்களால் வருடினாள். அடுத்த நிமிடம் இடக்கண்ணை சிமிட்டியபடி நாசி புடைத்து முகுந்தன் செய்வதுபோல நளினி சட்டெனக் கண்களால் சிரித்தாள்.

கைகளைப் பரப்பி கள்ளினை ருசிப்பதுபோல, ஒவ்வொரு எழுத்தின் முழுமையான ருசியறிந்து முகுந்தன் சொன்னார்.

"இனி நானொரு கதை சொல்கிறேன்."

❐

இரை

யா தேவி சர்வபூதேஷு ஜ்யோல்ஸ்ன ரூபேண ஸம்ஸ்தித...*

மூச்சுக்காற்று சிரமமில்லாமல் வரும் அக்டோபர் மாதத் துவக்கத்தில், ஒரு விடியற்காலையில் ப்ரமோத் நவர்க்கர் சர்க்கஸில்' பெண்கள் கூடாரத்திற்கு அவசர அவசரமாக நடந்து போனார். உடம்பில் யானையை நடக்கவிட்டு சர்க்கஸில் வித்தை காண்பித்திருந்த சான்ட்ரோ முனிபாயி காவலுக்கு நிற்கவில்லையென்றால், பெண்களின் கூடாரத்திற்கான வழி அத்தனை சுலபமாய் ப்ரமோத்திற்கு இருந்திருக்காது. முனிபாயி கேட்டார்.

"நீ மாஹி சகோதரிகளிடம்தானே போகிறாய்?"

ப்ரமோத் தலையாட்டினான். சிறிது நேரத்திற்கு முன்புதான் மாஹி சகோதரிகளில் நடுவிலவள், வாள் வீசும்போது ப்ரமோத்திற்கு இரையாக நிற்கும் அம்மிணி, பயிற்சிக்கு நடுவில் விழுந்தது அவனுக்கு தெரிய வந்தது.

"அம்மிணி இங்கே இல்லை. எக்ஸ்ரே எடுக்க ஆஸ்பத்திரிக்குக் கொண்டு போயிருக்காங்க." - முனிபாயி சொன்னான்.

"எந்த ஆஸ்பத்திரிக்கு?"

"யாருக்குத் தெரியும்? சின்னவ கூடாரத்துக்குள்ளதான் இருக்கா. அவகிட்ட கேட்டுக்கோ."

மாஹி சகோதரிகள் தங்கும் கூடாரத்தில், சர்க்கஸ் கற்று கொள்வதற்காகக் கொஞ்ச நாட்களுக்கு முன்பாக வந்திருக்கும்

* மின்னல்

ஜெயலட்சுமி, அங்கு போடப்பட்டிருந்த மடிக்கும் வசதி கொண்ட கட்டில்கள் ஒன்றில், படுத்தபடி மலையாள பத்திரிகையை வாசித்துக்கொண்டிருந்தாள். கட்டில்கள் தவிர தரையோடு அடிக்கப்பட்டிருந்த அந்தக்கூடாரத்தில் ஒன்றின் மேல் ஒன்றாக அடுக்கப்பட்டிருந்த மூன்று இரும்புப் பெட்டிகளும், சமைப்பதற்கு ஒரு ஸ்டவ்வும் மட்டுமே இருந்தன. பெட்டிகளுக்கு மேல் சாமிப்படம் போல வைத்திருந்த ஒரு கண்ணாடி இருந்தது. அதைச் சுற்றிலும் ஒரு பழைய யார்ட்லி பவுடர் டப்பா, முடி இடம் பெயர்ந்துபோன சீப்பு, பொடுகு நிறைந்த பேன் சீப்பு, நெற்றியில் ஒட்டிக்கொள்ளும் ஸ்டிக்கர் பொட்டுப் பாக்கெட்டுகள் போன்றவை பூஜைப் பொருட்கள்போல இறைந்து கிடந்தன. அந்த பொருட்களோடான அவனுடைய நெருக்கமின்மை அவனை அறைக்குள் நுழைவதைத் தடுத்து நிறுத்தியது. ஆனால் ப்ரமோத்தின் நிழல் அசைவதை உள்ளேயிருந்து உணர்ந்து ஜெயலட்சுமி துள்ளியெழுந்தபடி "உள்ள வாங்க" என்றாள்.

சர்க்கஸில் சேர்ந்ததிலிருந்து அவளுக்கு ப்ரமோத்திடம் ஒரு விதமான பகைமையும், பயமும் உண்டு. பகைமை: தினமும் மாலையில் சர்க்கஸ் பேண்டின் முழக்கம் கேட்கும்போது, மின்னும் ஊதாநிறத்தில் ஜொலிக்கும் ஜிகினாப்பொட்டுகள் ஒட்டிய கறுப்பு உடையணிந்த ப்ரமோத் ஒளி உமிழும் தரைக்கு வருகிறார். அவருடன் வெள்ளித் தாம்பளத்தில் பளபளக்கும் கூர்மையான கத்திகளை ஏந்தியபடி அரேபிய அழகிபோல வேடமணிந்த பெண்ணும் வருகிறாள்.

அயல்நாடுகளிலிருந்து வெளியாகும் தையல் புத்தகங்களில் அதிகக் கவர்ச்சியோடு இருக்கும் படங்களிலிருந்து கால்களையும், மார்பு வடிவங்களின் அளவுகளையும் திருடி எடுத்து, சர்க்கஸ் கம்பெனியின் தையல்காரன் தைத்த உடையணிந்த அம்மிணி அக்கா ப்ரமோத் நவர்க்கரிடமிருந்து ஐம்பது அடி தூரத்தில் வட்டமான ஒரு பலகையின் முன்னால் பீடத்தின்மேல் நிற்கிறாள். வெள்ளித் தாம்பாளத்திலிருந்து ப்ரமோத் ஒவ்வொரு கத்தியாக எடுத்து வலது கையை முன்னால் வீசி, பிறகு பின்னால் திரும்பி, மறுபடியும் முன்னால் வீசி, எந்தவொரு முன்முடிவுகளுமில்லாமல் அனாயாசமாகக் கத்திகளை வீசுகிறான்.

இந்த விஷயத்தில் அம்மிணி அக்கா ஏதோ ஒரு ரகசியம் வைத்திருக்கிறாள் என்றே ஜெயலட்சுமிக்குத் தோன்றியது.

இனி பயத்தின் காரணம் : ப்ரமோத்தின் கண்கள். அவை ஒரு நாளும் சிரிப்பை உமிழ்ந்ததில்லை, மம்முட்டியின் கண்களைப் போல.

"எந்த ஆஸ்பத்திரிக்குக் கொண்டு போயிருக்காங்க?"

"ஜெனரல் ஆஸ்பத்திரிக்கு. பெரியக்காவும் கூடப் போயிருக்காங்க."

"சரி. நான் போயிட்டு வரேன்."

"ஒரு டீ போடட்டுமா?" - ஜெயலட்சுமி அலட்சியமாகக் கேட்டாள்.

"போடேன். அடிப்பட்டது தெரிஞ்ச உடனே வெறும் வயிறோட அப்படியே இங்கே வந்திட்டேன்."

ப்ரமோத் கட்டிலில் அமர்ந்து மலையாளப் பத்திரிகையைப் புரட்ட ஆரம்பித்தான். கூடாரத்தில் மண்ணெண்ணெய் வாசனை வந்தபோது அவன் தலையுயர்த்திப் பார்த்தான். ஸ்டவ்வின் முன்னால் குத்துக்காலிட்டு அமர்ந்தபடி டீ தயாரிக்கும் ஜெயலட்சுமியை ப்ரமோத் கவனித்தான். அவள் உட்கார்ந்திருந்த விதத்தில் ஏதோ ஒரு தவிப்பு இருப்பதாக அவன் நினைத்தான். யாரும் தன்னைப் பார்த்துவிடக்கூடாது என்று அவள் அப்படி உட்கார்ந்திருக்கிறாளோ? கொதிக்கும் தண்ணீரில் போடுவதற்காக டீத்தூள் எடுக்க அவள் முன்னால் குனிந்தபோது அப்படி உட்கார்ந்ததின் தவிப்பு மேலும் கூடியது. ப்ரமோத் உட்கார முடியாமல் எழுந்து அவளைப் பார்த்து நடந்தான். பிறகு குனிந்து நின்று அவளுடைய முடியைக் கோதிவிட ஆரம்பித்தான். இந்த செய்கையில் அதிர்ந்தெழுந்த ஜெயலட்சுமி கத்தினாள்.

"போடா வெளியே"

கூடாரத்தின் பிரச்சனை என்னவென்றால், அவற்றில் சாய்ந்து நிற்க முடியாதபடி, பக்கவாட்டு சுவர்களுமின்றி இருப்பதுதான். அப்படி சாய்ந்து நிற்க முடியாமல்போன ப்ரமோத், அவனுக்கு கைவந்த கலையான கத்தி வீசுவதைப்போல வார்த்தைகளைத் தொடர்ந்து எறியத் தொடங்கினான்.

"நீ என்னைக் கல்யாணம் செய்துக்கறியா? எனக்கு சொந்தமாக ஒரு கூடாரமிருக்கு."

"வெளியில போடா. அம்மிணி அக்கா அடிபட்டு ஆஸ்பத்திரியில படுத்திருக்கும்போதுதான் உனக்கு இப்படி கொஞ்சத் தோணுது இல்ல? போ... வெளியே போ."

ப்ரமோத் திரும்பித் தன் கூடாரத்திற்கு வரும்போது கோமாளி பப்பு அவனைப் பார்த்துக் கண்ணடித்தான். தவறை மனதுக்குள் மறைத்தபடி ப்ரமோத் மீண்டும் நடக்கத் தொடங்கினாலும் பப்பு விடாமல் கண்ணடித்தான். இப்போது ப்ரமோத் அவனைப் பார்த்துச் சிரித்தான். இதுதான் நகைச்சுவையின் கொடூரம். கோமாளிகள் கோமாளித்தனம் செய்யப் போகிறார்கள் என்று அறிவித்தாலே நாம் சிரித்துவிடுவோம். சினிமாவில் மெஹ்றூபையும், ஜானிவாக்கரையும் பார்க்கும்போது அல்லது பத்திரிகைகளில் நகைச்சுவைப்பகுதி என்று பார்க்கும்போதே நாம் சிரிப்பதற்கு நம்மைத் தயார்படுத்திக் கொள்கிறோம். சிரிப்பு எதிர்பார்க்காமல் வருவதில்லை. வாள்வீசும் கலையின் அடித்தளமும் அப்படித்தான். தூரத்தில் நிற்கும் இரையின் மேல் வீசப்படும் வாள் படுமோ, படாதோ என்ற முன்னறிவிப்பின்மைதான். நிற்கும் இரையின் மேல் வாள் படாது என்று தெரிந்தும் பார்வையாளர்கள் ஒரு முறை அவனுடைய கை தவறுவதற்காகக் காத்திருக்கிறார்கள். மரணம் நிகழப்போகும் நிமிடத்திற்காக அவர்கள் கூட்டாகக் காத்திருக்கும் நொடிதான் தன் வாழ்க்கை என்பதை உணர்ந்தபோது ப்ரமோத் வேகமாகக் கூடாரத்திற்கு நடந்தான்.

பதினோரு மணி ஆனபோது அம்மிணியுடைய கையில் கட்டுபோடப்பட்டிருக்கிறது என்ற விபரம் அவனுக்குத் தெரிய வந்தது. அம்மிணிக்குப் பதிலாக ஒரு இரையை சர்க்கஸ் கம்பெனி முதலாளி தேடிப்பிடிக்கும் வரை உள்ள வெற்றிடத்தை நினைக்கும்போது அன்று மாலையே "துல்ஹன் வஹி வோ லே ஜாயேகா" பார்க்க வேண்டும் என்று ப்ரமோத் தீர்மானித்தான். சினிமா பார்த்துவிட்டுத் திரும்பும்போது அரை பாட்டில் ரம் வாங்க வேண்டும் என்றும் தீர்மானித்தான். வாள் வீசுபவர்கள், உலகை அளப்பதெல்லாம் கடுகுகளின் இடைவெளியால்தான். அதனால் அவன் கையில் சிறிய நடுக்கம் கூட வராமல் இருக்க நீண்ட இடைவேளை கிடைக்கும்வரை குடிக்காமலேயிருந்தான். அதனால் அன்று இரவு தூங்குவதற்கு முன்னால் கண்டிப்பாகக் குடித்தே தீர வேண்டும் என்று தோன்றியது.

சினிமாவிற்குப் போவதற்காகக் கூடாரத்திலிருந்து இறங்கும்போது, சர்க்கஸ் கம்பெனியின் மேனேஜர் முன்னால் நிற்பதை ப்ரமோத் பார்த்தான். இப்போது மிகவும் மோசமானதொரு கெட்டவார்த்தையைத் தான் கேட்கப் போவதை ப்ரமோத் உணர்ந்தான். அந்த மானேஜர் இப்போது புழக்கத்திலில்லாத "ட்ரஃபீஸ்" வித்தைக்காரனாக இருந்தவன். ஒருகாலத்தில் ட்ரஃபீஸ் வித்தைக்காரர்களாக இருந்தவர்கள், தற்போது ஒருவேளை முடவர்களாகவோ அல்லது சர்க்கஸ் கம்பெனி மேனேஜர்களாகவோ மாறியிருப்பார்கள்.

"சினிமாக்கு போகவேண்டாம்னு சொல்லத்தான் நான் வந்தேன். உனக்கு இன்னக்கி ப்ரோக்ராம் இருக்கு."

"அம்மிணி கையில அடிபட்டுப் படுத்திருக்கிறாளே?"

"அவளுக்கு பதில் உனக்கான இரை கிடைச்சாச்சு."

"யாரு?"

"அவ தங்கச்சி. ஜெயலட்சுமி"

"அவ இப்பத்தான் கயிற்றின் மேல நடக்கற பயிற்சியில இருக்கா"

"அம்மினிக்கு உடம்பு சரியாகும்வரை ஜெயலட்சுமி. மாஹி சகோதரிகளின் தீர்மானம்தான் இது. நான் ஒன்றும் முடிவு செய்யலை."

"வாள் வீசுவதை எதிர்த்து, இரையாய் நிற்க நல்ல பயிற்சி இருக்க வேண்டும்."

"சும்மா நின்னுட்டு போறதுக்கு என்ன பழக்கம் வேண்டியிருக்கு?"

மானேஜர் எப்போதும் போல சர்க்கஸை இழிவாகப் பேசியபோது ப்ரமோத் ஒன்றும் படமெடுத்து ஆடவில்லை. அவன் பொறுமையாகக் கேட்டான்.

"உடல் பாகத்தில் கத்தி எங்கே, எப்போது எறியப்படப்போகிறது என்பதை, இரை முன்கூட்டியே தெரிஞ்சு வச்சிருக்கணும். பிறகு அந்தப்பாகத்தை நிச்சலனமாய் நிறுத்த வேண்டும். அதற்குப் பயிற்சி அவசியமில்லையா?

"அதெல்லாம் ஜெயலஷ்மிக்கு அம்மிணி கத்துக் குடுத்திருக்கா."

"முதல் தடவையாச்சே. பயந்து நடுங்கினால் என்ன செய்யறது?"

"செத்து போயிடுவா அவ்வளவுதான். ஏற்கனவே நீ ஒருத்தியைக் கொன்னுருக்கியே."

மானேஜர் சிரித்துக் கொண்டே சொன்னார். அம்மிணிக்கு முன்பிருந்த இரையான கோமளியின் தொடையில் ப்ரமோத் வாள் வீசினதை மானேஜர் நினைவுபடுத்தினார்.

புலிகளைக் கொண்டு செய்யும் வித்தை முடிந்ததால் எங்கும் மிருகமணம் பரவியிருந்தது. ப்ரமோத்தும் ஜெயலட்சுமியும் பார்வையாளர்களுக்கு வணக்கம் தெரிவித்துவிட்டு அவரவர் இடங்களுக்கு பின்வாங்கி நடந்தனர்.

ஜெயலட்சுமியின் கண்களை ஒரு பெண் கறுப்புத்துணியால் இறுகக் கட்டினாள். பிறகு அவளைக் கையைப்பிடித்து அழைத்துவந்து, வாள்வீச்சுகள் ஏற்ற, சுவடுகள் நிறைந்த, வட்டமான பலகையின் முன்னால் பீடத்தில் ஏற்றி நிறுத்தினாள். ஜெயலட்சுமி கால்கள் அகற்றி, சிலுவையில் அறையப்பட்ட ஏசுவைப்போல கைகள் விரித்து நின்றாள். ஐம்பது அடி தூரத்தில் நின்று கொண்டு ப்ரமோத், மூன்று முறை மூச்சை உள்ளடக்கி வெளியேற்றினான். சிறிது நேரம் கண்மூடி நின்றவன் தன் மனசை வாள்போலக் கூர்மைப்படுத்தினான்.

அரேபியஅழகி போல வேடமணிந்த ஒரு பெண் வெள்ளித் தாம்பாளம் நிறைய பளபளக்கும் வாள்களுடன் ப்ரமோத்தை நெருங்கும்போது சர்க்கஸ் கூடாரத்தின் மேற்பகுதியிலிருந்து எழுந்த வாத்யஇசை உச்சத்தை எட்டியது. அதிகமாய் வெளிச்சம் உமிழும் இரண்டு விளக்குகளில் ஒன்று ஜெயலட்சுமியின் மீதும், மற்றொன்று ப்ரமோத்தின் மீதும், அதீத வெளிச்சத்தைப் பாய்ச்ச, மற்ற விளக்குகள் எல்லாம் அணைக்கப்பட்டு, கூடாரம் இருளில் அமிழ்ந்து மௌன சூன்யத்தில் நிறைந்தது.

ப்ரமோத்தின் முதல் வாளின் வீச்சுக்கு வேகம் குறைவாகவே இருந்தது. ஜெயலட்சுமியின் விரித்துப்பிடித்த இடதுகையின்மேல்

பலகையில் இடித்துக் கீழே விழுந்தது வாள். இரை, மெதுவாக நடுங்குவதைப் பார்வையாளர்கள் கவனித்தார்கள். அடுத்த வீச்சிற்காகத் தயாராகும்போது ப்ரமோத் அரேபியஅழகியின் உயர்ந்த புருவத்தில் எழும் கேள்விக்கு மௌனத்தைப் பதிலாகத் தந்துவிட்டு இரண்டாவது கத்தியை எடுத்தான். அது நினைத்த இடத்தில் போய் நின்றது. அதன் இடதுபாகம் அடுத்த கத்தி. பிறகு ப்ரமோத்தின் வலது கை மிகச் சரியான இடம் பார்த்து முன்னும் பின்னுமாக அசைய கத்திகள் மின்னியது. இரையின் வலதுகைக்கு குறியின் திசை மாறும்போது, தனக்கு முன்னால் நிற்பது எப்போதும் போல அம்மிணி இல்லை என்ற ஞாபகம் சட்டென அவனுக்கு வந்தது.

அன்று காலையில் அவளை 'வெளியே போடா' என்று சொன்னபோது ஜெயலட்சுமியிடம் வெறுப்பு நிரம்பியிருக்கவில்லை. மாறாக அறுவெறுப்பை உமிழும் கண்களைத்தான் அவன் பார்க்க நேர்ந்தது.

கத்தி வீச்சின் முதல் பயிற்சி, கை விரித்து நிற்கும் இரையை சாக்பீஸால் ஒரு கோட்டுச்சித்திரமாக வரைந்து பார்ப்பதுதான். நினைவு தடுமாறுகிறது என்ற உணர்வு வந்தபோது ப்ரமோத் ஒரு நிமிடம் கண்மூடி நின்று மூச்சை உள்ளுக்கிழுத்தான்.

அடுத்த கத்தி, ஜெயலட்சுமியின் வலதுகையின் நீண்ட நடுவிரல் நகத்தை தொட்டும் தொடாமலும் போனபோது அவள் பயத்தால், தன்னைச் சுருக்கிக் கொண்டதை ப்ரமோத் உணர்ந்தான்.

கத்திவீச்சின் இன்னொரு பயிற்சி, காற்றின் வேகம் அறிந்து எறிவது. அதை மறந்துதான் இப்போது கத்தி வீசுகிறோம் என்பதை ப்ரமோத் உணர்ந்தபோது, அவன் கூடாரத்தின் கொடிக் கூரைகளைக் கவனித்தான். அவை காற்றில் மெதுவாக அசைந்தபடியிருந்தன. காற்றின் வேகம் சுமாராக ஒரு மணி நேரத்திற்கு இருபத்தைந்து கிலோமீட்டர்களாக இருந்தது.

அடுத்த கத்தி, மிகச்சரியாகச் சொல்லவேண்டுமானால் வலது கையின் ஆட்காட்டிவிரலிலிருந்து இரண்டு இன்ச் தூரத்தில் போய் நின்றது.

உடலின் ஓரங்களில் கத்தியால் கோடு வரைத்து முடித்திருந்தபோது ப்ரமோத், ஜெயலட்சுமியின் அகன்ற

கால்களுக்கிடையில் கத்திகளை வீசத் தொடங்கினான். வலது கணுக்காலின் மேல் நான்கு கத்திகளை அவளுடைய முட்டிவரை வீசினான். இந்த முட்டிகள்தான் காலையில் குத்துக்காலிட்டு அமர்ந்தது என்ற நினைவு வந்தபோது அவன் கத்தி எறிவதை நிறுத்தினான். கொஞ்சம் அதிகமாகவே நேரம் எடுத்துக்கொண்டு, தண்ணீர் குடித்து, மனதை ஒருமைப்படுத்தி முடித்தபோது கால்களுக்கிடையில் கத்திகளால் ஒரு முக்கோணம் வரைத்து முடித்திருந்தான்.

இசை மேலும் பார்வையாளர்களை முறுக்கேற்ற ஆரம்பித்தது. ப்ரமோத் தன் முன்னே குனிந்து நின்ற அரேபிய அழகியிடம் கேட்டான்.

"கண்ணாடி"

"இன்னக்கி வேணுமா உனக்கு?"

"கண்ணாடி தா"

"இன்னக்கி வேணுமா உஸ்தாத்? இன்னக்கி பலமுறை நீ குறி தவறி வீசியதை நான் கவனித்தேன்." அரேபிய அழகி சொன்னாள்.

ப்ரமோத் சட்டென வெள்ளித் தட்டிலிருந்து கை நிறைய கத்திகளை வாரியெடுத்தான். அந்த நிமிடங்களின் இடைவெளியில் மிரண்டுபோன சங்கீதக்காரர்கள் பேண்டு வாசிப்பதை நிறுத்தினார்கள். அவன் ஒரே மூச்சில் கால்களுக்கு நடுவில் கத்திகளை எறிந்து முன்பு கத்தியால் போட்ட முக்கோண வடிவத்தை மேலும் அடர்த்தியாக்கினான்.

"சீக்கிரம் தா"

ப்ரமோத் கைநீட்டியபோது, அரேபிய அழகி வாலுள்ள ஒரு கண்ணாடியை அவனிடம் கொடுத்தாள். பேண்டு கலைஞர்கள் மேலும் இசையை அதிரவைத்து பார்வையாளர்களின் தொண்டையில் நீர் சுரப்பதை துல்லியமாக்கினார்கள். ப்ரமோத் திரும்பி நின்று இரையைக் கண்ணாடியின் வழியாக பார்த்தபடி அடுத்த கத்தியை எடுத்தான். அது ஜெயலட்சுமியின் தலைக்குமேல் காற்றில் பறந்து வந்து ஒரு முடியிழையை இணைத்துக்கொண்டு பலகையில் குத்தி நின்றது.

வெள்ளித் தாம்பாளத்தின் கடைசிக்கத்தி, உச்சந்தலைக்கு நேராக வரும்போது ஜெயலட்சுமியின் புருவங்களுக்கு இடையில் சுருசுருவென ஏதோ ஒரு நமைச்சல் ஏற்பட்டது. கத்தி பலகையில் குத்தி நிற்கும் சத்தம் கேட்டபோது அவள் பார்வையாளர்களின் கைதட்டல்களைக் கேட்டாள்.

ஜெயலட்சுமியைப் பீடத்திலிருந்து இறக்கியபோது பலகையில் கத்தியால் வரையப்பட்ட அவளது உருவத்தை ப்ரமோத் பார்த்தான். அதற்குள் இருக்கும் வெற்றிடத்தைப் பார்த்தபோது ஆத்மாவின் வடிவம் இதுவாகத்தான் இருக்கும் என்று அவனுக்குத் தோன்றியது.

அரங்கின் நடுவில் நின்று ப்ரமோத் பார்வையாளர்களின் பாராட்டை ஏற்றபோது ஒரு பெண் கண்களைக் கட்டிய ஜெயலட்சுமியை அங்கே கொண்டு வந்து நிறுத்தினாள். அப்போதும் அவள் நெற்றி, சுருக்கங்கள் நீங்காமல் இருந்தது.

கண்களைக் கட்டிய கறுப்புத் துணியை அந்தப் பெண் அவிழ்த்தபோது ஜெயலட்சுமி கண்ணுயர்த்தி ப்ரமோத்தைப் பார்த்துச் சட்டெனச் சிரித்தாள்.

◻

ஒரு காதல் கதை

யா தேவி சர்வபூதேஷு ரதிரூபேண ஸம்ஸ்திதா...

"ஆப்பிரிக்கயானைகளின் காது, ஆப்பிரிக்காவின் வரைபடம் போல இருந்தால்..."

ரமணி, பேசுவதைப் பாதியில் நிறுத்திவிட்டு கருணாகரனின் முகத்தை ஏறெடுத்தாள்.

"இருந்தால்...?" - ஒரே பாயில் அவளை ஒட்டிப்படுத்திருந்த கருணாகரன் சற்று தள்ளிப்படுத்து அவளது மார்பில் கையோட்டியபடி கேட்டான்.

"இருந்தால் இந்தியயானைகளின் காது இந்திய வரைபடம் போல இருக்கும்."

கருணாகரனின் கைகளுக்குக் கீழே ரமணியின் முலைகள் கனக்கத் தொடங்கின. அவளுடைய மூச்சு சீரற்றுப் போகத் தொடங்கியபோது அவள் மீதிருந்த கையை எடுத்தபடி கேட்டான்.

"ரமணி நீ ஆப்பிரிக்கயானைகளை எங்க பாத்திருக்க?"

"மைசூரில் மிருகக் காட்சிசாலையில்தான் பார்த்தேன். பத்தாவது படிக்கும்போது டூர் போயிருந்தேன்."

"அவை நம் யானைகளைவிட பெருசா இருக்கும் இல்லையா?"

"ஆனால் அதில் ஏதோ ஒரு குறைபாடு இருப்பதாகவே எனக்குத் தோன்றுகிறது. அந்த யானைகளின் உடல், தலை அளவுக்கு நீளம் இல்லை. யானையோட உடல் குதிரையைப் போல இருக்கணும்"

"லட்சணமே இல்லாதது. வெறும் பதினாலு நகங்கள்தான் இருக்கிறது. நான் எண்ணிப் பார்த்தேன். பதினெட்டைவிடக் குறைந்தால் நமக்குக் கணக்கு சரிவராது. தும்பிக்கையின் பக்கத்தில் மூன்று உதடுகள் இருப்பது எப்படியோ இருக்கிறது."

ரமணி கருணாகரனோடு இன்னும் ஒட்டிப்படுத்தாள். அவளுடைய விரல்கள் அவனுடைய நீண்ட கழுத்திலிருந்து கீழே - வரைபடத்தின் தெற்கே - பயணித்தது. விரல்கள் நாபியிடம் வந்தபோது கையை நிறுத்தி "குதிரை உடல்" என அவள் அவனுடைய காதில் சொன்னாள்.

ஸ்பரிசத்தை வைத்துதான் அவள் அந்த அறையை அனுமானித்திருந்தாள். சமையலறையை ஒட்டி இருக்கும் தாழ்வாரத்தை நோக்கித் திறந்திருந்த கதவும், அறையின் கதவும் ஒன்றுதான். அந்த அறையின் தரையில் தலைமாட்டில் எண்ணெய்க்கறையால் வட்டமிடப்பட்ட ஒரு பாய் மட்டுமே இருந்தது. பரணையில் கட்டியிருந்த ஒரு மூங்கில் கொடி கீழே சாய்ந்திருந்தது. அதன் மீது ரமணியின் ஒன்றிரண்டு உடைகள். அறையில் ஜன்னல்கள் இல்லை. ஆனால் க்ளாவர், ஸ்பேடு ஹாட்டின் போன்ற சீட்டுக்கட்டின் உருவத்தில் துளைகள் மட்டுமே இருந்தன.

ரமணியின் க்ளாவர் ஆகாயத்தில் செவ்வானம் சிவந்து பூக்கத் தொடங்கியிருந்தது. இந்தக் கணங்களில் வழக்கம்போல பூமிக்கு மௌனமான நிமிடங்கள் லபிக்குமென்று அவளுக்குத் தெரியும். நிழல்கள் வற்றிப்போன அதன் இடைவெளிகளில் எல்லா சப்தங்களும் தெளிவாய்க் கேட்கின்றன தெரிகின்றன. முதலாவதாக விளக்கை ஏந்தியபடி ஒவ்வொரு அறையாய் வந்து அம்மா சொல்லும் 'தீபம்,' பிறகு அவளுக்கு மட்டுமே கேட்கின்ற கூடு திரும்பும் கூர்மூக்குள்ள பறவைகளின் பதட்டத்துடன் கூடிய சிறகிசைப்பு, மாட்டுத்தொழுவத்திலிருந்து கரம்பி, அம்மிணி என்று யாரும் அதிகமாக யோசிக்காமல் பெயர் வைத்த கரவல்பசுக்களின் 'இம்பே' க்கள். கரவல்பசுவின் சப்தம் கேட்கும்போதே இருட்டு மெதுவாகக் கவிழ்ந்து விழுந்திருக்கும். அந்த சமயத்தில்தான் ஸ்பரிசம் ரமணியை அதிகமாக யோசிக்க வைத்தது.

* "பீரு ஆனெ" - அவள் உத்தரவாய் சொன்னாள்.

---

* தும்பிக்கை உயர்த்தச் சொல்லும் சங்கேதச்சொல் (நீரை வாரியிறைப்பதற்கும் இதே ஆணைதான்).

கையைப் பாதி மடக்கி வைத்துக் கொண்டு கருணாகரன் தன் வலதுகையை உயர்த்திப் பிடித்தான்.

* "அவிடெ வையானெ"- ரமணி சொன்னாள்.

கருணாகரன் தன் கைகளை லகுவாக்கி, ரமணியைப் புணர்ந்தபோது அவளுடைய மெலிந்த நெஞ்சுக்கூட்டுக்குக் கீழே, நடுக்கத்தை உணர்ந்தான். அவன் அவளை இன்னும் இறுக்கியபோது அந்த நடுக்கம் நெஞ்சுக்கூட்டிற்கு மொத்தமுமாகப் பரவியது. அவள் அடக்க நினைக்கும் அழுகைதான் இந்த நடுக்கம் என்பதை உணர்ந்த கருணாகரன் அமைதியாக அவளுடைய முடியில் கையோட்டினான். எல்லா சப்தங்களும் அழுகைக்கு அபஸ்ருதிதான். சிறிது நேரத்தில் அவனுடைய மார்பு சாரல்மழை ஏற்றது போல அவளுடைய கண்ணீரால் நனைந்தது. கருணாகரன் சினிமா காட்சியினைப் போல ரமணியின் தாடையைப்பிடித்து முகத்தை உயர்த்தினான். அப்போது அழுது முடித்ததின் ஸ்நானப் புதுமையில் அவளுடைய கண்கள் ஜொலித்தன.

"ஏன் அழறே?"- கருணாகரன் கேட்டான்.

"எனக்கு பயமாயிருக்கு."

"எதுக்கு? இங்க நானில்லையா?"

"இல்லை. நீ இங்கே இல்லை."

"ம்... அது எனக்குத் தெரியும்"

கருணாகரன் குரல் தாழ்த்திச் சொன்னபடி பாயிலிருந்து குதித்தெழுந்து சுவரில் ஹாட்டின் துளைகளின் வழியாக வெளியில் வியாபித்திருந்த இரவினைப் பார்த்தான். தூரத்தில் அடர்ந்த இட்லிப்பூக்காடுகளில் மின்மினிப்பூச்சிகள் நெருப்புப் பொறிகள் போலப் பறந்தன. ரமணியும் எழுந்து அவனுடைய அருகாமைக்கு வந்து நின்று, மீண்டும் சொன்னாள்.

"எனக்குப் பயமாயிருக்கு"

"எதுக்கு?"

"இந்த அறை..."

---

* தும்பிக்கையை கீழே இறக்குவதற்கான கட்டளை

"இந்த அறைக்கு என்ன பிரச்சினை?"

"இந்த அறையின் சுவரில்... பைங்கிளிகளின் கீழே கரித்துண்டால் வரைந்த படங்கள் நிறைய இருக்கிறது. பகல் வெளிச்சத்தில் கவனமாப் பாத்தாத் தெரியும்." - ரமணி சுவற்றில் கையோட்டியபடியே சொன்னாள்.

"என்ன படங்கள்?"

"சிலுவைகள். வரைவதற்கு எளிமையாக இருக்கும் சிலுவைகளின் படங்கள்."

"சிலுவைகளை யார் வரைந்தது?"

"கன்னியாஸ்திரீகளின் கல்லூரியில் கணக்குப் பாடம் நடத்திய சதி அத்தை. அப்பாவின் தங்கை. திடீரென ஒருநாள் பைபிள் வாசிக்கத் தொடங்கினாள். அன்றைக்கே அவள் இந்த அறையில் தங்க வைக்கப்பட்டாள். அவங்கதான் சிலுவைகளை இந்த அறைச் சுவர்களில் வரைந்தது."

"அப்புறம்?"

"எங்க குடும்பத்துப் பெண்களில் யாருக்காவது பைத்தியம் பிடித்தால் அவர்களைத் தங்க வைக்கும் அறை இதுதான்"

"ஆண்களுக்கு தனியான பாதுகாப்புள்ள அறை இந்த குடும்பத்தில் இருக்கா?" - கருணாகரன் சிரித்தபடி கேட்டான்.

"ஆமாம். வாசலில் ஒரு அறை இருக்கிறது. மனப்பிறழ்வு என்பது, சர்க்கரை வியாதிபோல எங்கள் வீட்டில் தொடர்ந்து இருப்பதால், அவர்களுக்கென ஒரு ஸ்திரமான அறை உண்டு."

"சரி, சதி அத்தை என்ன ஆனாங்க?"

"அடிக்கடி அத்தையின் கணக்கில் சிலுவைகளும் கூட்டல் குறிகளும் தமக்குள் குழம்பிப் போய் தப்புத்தப்பாய் வரும்."

ரமணியும் கருணாகரனும் ஒரே நேரத்தில் சிரிக்கத் தொடங்கினார்கள். ஏதோ நினைத்தவள் போல ரமணி சிரிப்பதை நிறுத்தி கருணாகரனை இறுக அணைத்தபடிச் சொன்னாள்.

"எனக்கு மறுபடியும் பயமாக இருக்கிறது"

"எதுக்கு?"

"நானும் வரையத் தொடங்கிடுவேனோன்னுதான்"

"சிலுவைகளையா?"

"இல்லை. யானைகளை"

"யானைகளையா?"

"ஆண் யானைகளை, பெண் யானைகளை, மதமும் கொம்பும் இல்லாத சாதுவான யானைகளை, கோவில் விசேஷங்களுக்கு வெட்கமில்லாமல் சந்தோஷத்தை வெளிப்படுத்தி குழல் ஊதுவதற்குத் தகுந்தபடி தலையாட்டித் தாளம் போடும் யானைகளை, எர்ணாகுளத்தப்பனின் சிதம்பரன் யானையை, எல்லோருக்கும் தெரிந்த குட்டியானையான நாராயணனை, வைக்கம் சந்திரசேகரனை, ஐதீகமாலை புத்தகத்தில் உள்ள எல்லா யானைகளையும் நான் இந்தச் சுவரில் வரைவேன்."

"குருவாயூர் கேசவனை?"

"இல்லை. எனக்குப் புகழ் பெற்ற எதையும் பிடிக்காது."

"நீ இந்தச் சுவற்றில் யானைகளை வரையக் கூடாது."

"இல்லை. நான் எப்படி வரையாமல் இருப்பேன்?"

கண்களை மூடினால் யானைகளின் கறுப்பு. தொடமுடிகிற சொரசொரக்கின்ற உப்புக்காகிதத்தின் சுகம் தரும் கறுப்பு. கருணாகரன் அவளுடைய தாடையை இழுத்து முத்தமிடும்போது தொட்டாச்சிணுங்கி இலைகளைப் போல அவளுடைய இமைகள் கூம்பி மூடியது. அப்போதும் தொடரும் கறுப்பு. அவன் ரமணியை வரித்தபோது கறுப்பின் கனம் மேலும் அடர்த்தியாகிறது. அவன் உதடுகள் அவளின் உதடுகளை நனைத்தபோது கறுப்பினூடே ஈரம் படர்கிறது. அவர்களின் நாக்குகள் தம்மில் இணையும்போது மட்டும் நடுநடுவே வெள்ளி நாகங்கள் போல வெளிச்சத்தில் பளபளப்பு மின்னுகிறது. அவனுடைய கை அவளுடைய முலைகளை ஸ்பரிசித்தபோது யானையின் மத்தகத்தின் அதீத கறுப்பு.

"எப்படி நான் யானைகளை வரையாமல் இருக்கமுடியும்?" ரமணி உள்ளமர்ந்த குரலில் கேட்டாள்.

* "தாங்கு ஆனெ" கருணாகரன் குனிந்து அவளுடைய காதுகளில் சொன்னான்.

கவனித்துக் கேட்காமலேயே கதவுத்திறக்கப்படும் பித்தளைத் தாழ்ப்பாளின் சப்தம் ரமணிக்குக் கேட்டது. தொடர்ந்து கதவைத் திறக்கும் கிறீச்சிட்ட சப்தம். கதவிற்கு வெளியே கையில் குத்து விளக்கைப் பிடித்தபடி அம்மா நின்றிருந்தாள்.

"தீபம்" - அடங்கின குரலில் அம்மா சொன்னாள்.

நெஞ்சுக்கு நேராக உயர்த்திப் பிடித்திருந்த பரம்பரைக் குத்து விளக்கின் திரிவெளிச்சம் கண்களில் பட்டு கன்னங்களில் ஆடும் நிழலாகப் பிரதிபலிக்க அம்மாவைப் பார்க்கவே பயமாக இருந்தது.

"ஏம்மா நீ தனியா பேசிக்கிட்டிருக்கே?" - அம்மா கேட்டாள்.

ரமணி பதிலேதும் பேசாமல் தரையில் விரித்திருந்த ஓலைப்பாயினைப் பார்த்தாள். அதிலிருந்து மழை பெய்ய ஆரம்பித்த பூமியைப் போல கருணாகரனின் சூடு பொங்குவதாக அவளுக்குத் தோன்றியது. தலை நிமிர்ந்தபோது அம்மாவுக்குப் பின்னால் ஆறடி உயரத்தில் ஆஜானுபாகுவாய் நிற்கும் அப்பாவை ரமணி பார்த்தாள்.

"ஏண்டி மகளே, தனியா இப்படி தொண்டை வலிக்கப் பேசறே" - அப்பா வருத்தத்தோடு கேட்டார்.

"நான் அப்படி தனியா பேசறதேயில்லையே."

"பின்ன நீயில்லாம வேற யார் இந்த அறையில இருக்காங்க?" - ஒரு அடி முன்னால் வந்து அப்பா கேட்டார்.

"தனியா இல்லாம நான் பிறகு வேற யார்கிட்ட பேசறது?" - ரமணி மெல்ல பேச்சை மாற்றினாள்.

"மற்ற மனுஷங்களோட பேசு." அம்மா ஆதங்கப்பட்டாள்.

"அதுக்கு யாரும் எங்கிட்ட பேசமாட்டேங்கறாங்களே."

"நீ பேசினால் மத்தவங்களும் உங்கிட்ட பேசுவாங்க"

"அப்படி பேசறதெல்லாம் பேச்சே இல்லம்மா. வெறும்

---
* காதை உயர்த்திக் காண்பிக்கச் சொல்லும் கட்டளை.

சர்மிஷ்டா / 78

வாய் வார்த்தைகள் தான்."

அறையின் பலகைகளில் செம்புப்பூண்போட்ட மூலைகளில் ஒன்றைத் தாங்கிப் பிடித்தபடி குலுங்கிச் சிரித்து கொண்டே அப்பா சொன்னார்.

"நீ சொல்றது சரிதாம்மா. எல்லாரும் சில நேரம் அவங்கவங்க மன சமாதானத்துக்காகத் தனியா பேசிக்கிட்டிருப்பாங்க. ஆனால் அதில் சப்தம் சேரும்போதுதான் பிரச்சனையே. நாம நினைக்கறது யாருக்கும் கேட்டிடக்கூடாது இல்லையா?"

"கேட்டால்?"

"நம்ம மனசு யாருக்கும் தெரிஞ்சிடக் கூடாது. நினைப்பதை எல்லாம் யாரும் மற்றவர்களிடம் சொல்வதில்லை. மனசை வானத்திற்குத் திறந்து காட்டினால் அது மயிலிறகுபோல இறந்து போகும்."

அம்மா ரமணியை அறைக்குள் தள்ளிப் பூட்டுவதற்குத் தயாரான போது அப்பா அதைத் தடுத்தார்.

"வேண்டாம் தேவி. எதுக்கு அவளை இப்படி பூட்டிப் போடறே?"

"நான் மட்டும் முழுமனசோடவா செய்யறேன். அவ செய்யற செய்கைகளைக் கண்கொண்டு பாக்க முடியாமத்தானே இதெல்லாம் செய்ய வேண்டியிருக்கு."

"நாம வேற ஏதாவது யோசிக்கணும்"

"இனி என்ன வழியிருக்கு நமக்கு?"

"அவளோட பிரச்சனையைக் கண்டுபிடிக்க ஒரு ஆளை ஏற்பாடு செஞ்சிருக்கேன். கோவில் பூசாரி சொன்னார். வடக்கிலிருந்து ஒரு சித்தர். ராமர் கண்டர் மூசத். நீ பாத்திருக்கியா?"

"இல்லயே. ஆனா அந்தப் பேரைக் கேட்கும்போதே எனக்கு கொஞ்சம் நிம்மதியா இருக்கு."

ரமணி பிறைநிலா போல அழுக்கு படிந்த விரல்களின் நகம் கொண்டு தலையைச் சொறிய ஆரம்பித்தாள். அதில் ஏற்பட்ட சுகத்தில் அவள் கண்மூடி நின்றபோது, அச்செயலில் காமம் ஊறி

நின்றதை உணர்ந்த அம்மா அவளுடைய கையைப் பிடித்து இழுத்தாள்.

"ரெண்டு நாளாச்சு நீ குளிச்சு. இப்பப் போய் குளிம்மா." அப்பாதான் சொன்னார்.

"இப்பவா? தீபம் ஏற்றின இந்த வேளையிலா?

"பரவாயில்லை. குளியலறை அடுப்பில் நெருப்பு இன்னும் எரிந்து தீரவில்லை. ஒரு அண்டா தண்ணீர் சூடாக அப்படியே இருக்கிறது. குளிக்கட்டும் அவ. நீ ஒண்ணும் சொல்லாத."

அம்மா உள்ளே போய்த் திரும்புவதற்கு முன்பே, சின்ன வெங்காயமும் கிருஷ்ணதுளசியும் மிளகும் போட்டுக் காய்ச்சிய எண்ணெயின் வாசனை காற்றில் கலந்து வந்தது. ஒரு கிண்ணம் எண்ணெயை ரமணியின் உச்சந்தலையில் ஊற்றித் தேய்த்தபடி அம்மா சொன்னாள்.

"என் மகளோட தலை கொஞ்சம் குளிரட்டும் கடவுளே. என்னென்ன நினைவுகள் இதில சிக்குண்டு கெடக்குதோ தெரியலயே."

குளக்கரையில் இருக்கும் குளியலறையின் ஓரம் இருந்த அடுப்பில் கங்குகளின்மேல் பனிபோலச் சாம்பல் மூடியிருந்தது. கொடியில் துணிகளை அவிழ்த்துப் போட்டுத் திரும்பி நின்று கருணாகரனைப் பார்த்து ரமணி சொன்னாள்.

* "முக்கி எடானெ"

கருணாகரன் ஒடுங்கிய பித்தளைச் சொம்பில் தண்ணீர் எடுத்தபோது அவள் சொன்னாள்.

"பீரு ஆனெ"

அவன் தண்ணீரெடுத்து ரமணியின் வெற்றுடம்பில் ஊற்றினான். அவள் கைகள் விரித்து ஒரு சுற்று சுற்றியபோது மீண்டும் ஒரு சொம்புத் தண்ணீர். மீண்டும் ஒரு சுற்றில் அடுத்த சொம்பு. அடுத்த சொம்பு...

"உன் கைகள், விரிந்த கைகள் பிடித்து எனக்கு முத்தம்

---

* நீரை தும்பிக்கையில் உறிஞ்சி எடுக்கச் சொல்லும் கட்டளை.

கொடுக்கத் தோன்றுகிறது. கைகளைத் தருவாயா?"

"எதற்காகக் கைகளில் மட்டும்?"

கருணாகரன் மீண்டும் ஒரு சொம்புத் தண்ணீரை அவள் மேல் ஊற்றியபடி சொன்னான்.

"சாதாரணமாகப் பெண்கள் கைகளை நாணம் மறைக்கத்தான் பயன்படுத்துவார்கள். ஆனால் கைகளை விரித்தபடி அடியெடுத்து அடியெடுத்து வைக்கிறாயே அந்த அழகிற்குத்தான் இந்த முத்தம்."

"இப்ப வேண்டாம்"

எண்ணெய்ப் பிசுபிசுப்பு போகத் தலையில் உழுந்து மாவினைத் தேய்த்தபடி ரமணி கருணாகரனிடம் சொன்னாள்.

"ஒரு விஷயம் உன்கிட்ட சொல்லணும்னு நெனச்சேன். நீ பத்திரமா இரு."

"எதுக்காகச் சொல்றே?"

"அப்பா உன்னைக் கண்டுபிடிக்க ஒருத்தரை ஏற்பாடு செஞ்சிருக்கார் தெரியுமா?"

"யார் அது?"

"ஒரு ஒற்றன்"

"ஒற்றனா? நீ லைப்ரரியிலிருந்து எடுக்கும் புத்தகங்களில் வரும் கதைகளின் பாத்திரப் படைப்புகளா?"

கருணாகரன் நகைச்சுவையோடு கேட்டாலும் ரமணி தீவிரமாய் பதில் சொன்னாள்.

"அந்த ஒற்றனின் பெயர் இன்ஸ்பெக்டர் ராமர் கண்டர் மூசத்."

"இனியாவது நீ நீலகண்டன் பரமாரியின் புத்தகங்களைப் படிப்பதை நிறுத்தக்கூடாதா?"

எனக்கு நீலகண்டப் பரமாரியை மட்டுமே பிடிக்கிறது. அவருடைய கதைகளின் முடிவில் தவறு செய்தவன் தண்டிக்கப்படுவான். அது எனக்குப் பிடிக்கும். ஆனா நீ சொல்ற புதிய எழுத்தாளர்கள் பொற்றேக்காடையும் கேசவதேவையும் போல என்னோட பரமாரி நன்மை தீமைகளை யோசிக்காமல்

என்.எஸ். மாதவன் / 81

எழுதமாட்டார்.

ஈரத்துணிகளுடன் ரமணி வீட்டுக்குத் திரும்பியபோது இருட்டு கூடுதலாக கனத்திருந்தது. அவளுடைய நினைவடுக்குகளில் வௌவால் பறப்பதைப் பார்த்தபோது காரணமேயில்லாமல் ரமணிக்கு பயம் ஏற்பட்டது. அவள் வானத்தை நிமிர்ந்துகூடப் பார்க்காமல் அவசர அவசரமாக வீட்டிற்கு நடந்தாள்.

நிசப்தமான இரவின் முதல்ஜாமம். ஜல்...ஜல்... என மணிகளின் சத்தம் கேட்கத் தொடங்கியது. மண்பாதையினூடாக வளைவில் திரும்பிய ஒரு ஒற்றைக்காளை மாட்டுவண்டி வீட்டு வாசலில் வந்து நின்றது. அதிலிருந்து ஆஜானுபாகுவான ஒரு மனிதர் இறங்குவதை நாம் பார்க்க முடிகிறது. சிவந்த பட்டாடை அணிந்து, முன்னால் சாய்த்து கட்டப்பட்ட குடுமியில் துளசி இலை சூடி, கக்கத்தில் வெள்ளிப்பூண் போட்ட பிரம்புமாய் அந்தத் தங்க விக்ரகம் நடக்கத் தொடங்கியது. ஒவ்வொரு காலடிச் சுவடிலும் சருகுகள் நொறுங்கின. சில்வண்டுகள் பாடுவதை நிறுத்திவிட்டுப் புதிய மனிதரைப் பார்க்க முற்பட்டன.

சிலுக்... சிலுக்... என அந்த மனிதரின் கையிலுள்ள துணிப் பையிலிருந்து பயமுறுத்தும் சத்தம் வந்து கொண்டிருந்தது. வீட்டின் வாசல்படி ஏறும்போது கடூரமான அந்தச் சத்தம் அதிகமானது.

வரவேற்பறையிலிருந்து மாதவமேனனும் மனைவியும் அந்தப் புதிய மனிதரைப் பார்த்தபடி நின்றிருந்தார்கள். மேனன்தான் கேட்டார்.

"நீங்க யாரு...! புரியலயே?"

"நல்ல கதையா இருக்கே. நீங்கள் தானே என்னை கூப்பிட்டனுப்பியிருந்தீர்கள்?"

"எனக்கு உங்களை நிஜமாகவே புரியலை."

"புரியாது ம்... உங்களை நான் குறை சொல்லவில்லை. நான் தான்..."

"நீங்க?" – ஆர்வமிகுதியில் மேனன் கேட்டார்.

"நீங்க?" – மேனனின் மனைவியும் அதையே கேட்டார்.

“ம்... நான் தான் இன்ஸ்பெக்டர் ‘ராமர் கண்டர் மூசத்.’

“ஓ நீங்களா? என்ன இப்படியொரு வேஷத்தில் வந்திருக்கிறீர்கள்?”

“என்னத்தை சொல்றது மேனன். எங்களைப் போன்ற ஆட்களின் விதி. சில நேரம் குரங்காட்டியாக, சில நேரம் அம்மி கொத்தறவனாக, சில நேரம் கல்லூரிப் பேராசிரியராக, சில நேரம் கழுகுப் பார்வையோடான மரமேறியாக... ஒவ்வொரு வேஷங்கள். இந்தக் கேஸுக்கு சரியான வேஷம் இதுதான்னு எனக்குத் தோன்றியது.”

வரவேற்பறையின் தரையில் கால் மடித்து உட்கார்ந்த இன்ஸ்பெக்டர் கண்டர், வேட்டி மடிப்பிலிருந்து ஒரு சாக்பீஸ் எடுத்து, கறுப்பாய் மின்னும் தரையில் ஒரு சதுரம் வரைந்தார்.

“இது நடுமுற்றம்” – கண்டர் சொன்னார். முதலில் நாங்கள் குற்றம் நடந்த இடத்தின் படத்தை வரைவோம். அதை நாங்கள், புலன் விசாரணை அதிகாரிகள், பி.ஓ. - ப்ளேஸ் ஆப் அக்கார்டன்ஸ் - என்று சொல்வோம். நடு முற்றத்தைச் சுற்றி கண்டர் சிறிய கட்டங்களை வரைந்தார்.

“மாதவமேனன், உங்க அறை எது?”

மேனன் சுட்டிக் காட்டிய கட்டத்தில் கண்டர் ‘மா’ என்று எழுதினார்.

“இந்த அறை?”

“அதை இப்போ திறப்பதில்லை. உலகப் போரில் ‘பஸ்ராவில்’ யுத்தம் செய்த அச்சுமாமா, மிலிட்டரி கேண்டீனிலிருந்து மாதாமாதம் கிடைக்கும் ரம் குடிக்கும் அறை அது.”

“ஓ குடிக்கற அறையா? அப்ப “கு ”

அப்பளம் சுடும் சத்தம் வந்த சமையலறைக்கு ‘ச’ என எழுதியபடியே கண்டர் கேட்டார்.

“மேனன் இந்த சின்ன அறை என்னது?”

“அது இடுங்கின அறை. இரவில் மட்டும் பயன்படுத்துவது”

“சரி. அப்போ ‘இ’

களம் வரைந்து முடித்த மேனன் கேட்டார்,

"தொண்டி, எங்கே இருக்கு மேனன்?"

"அவ ரூமில இருக்கா. கூப்பிடட்டுமா?" - மேனனின் மனைவி கேட்டார்.

"இப்ப வேண்டாம்."

* ("ஏல பிடுந்நு ஆனெ." ரமணி ஓலைப்பாயில் படுத்திருந்த கருணாகரனைப் பார்த்துச் சொன்னாள்.

"உன்னைப் பிடிக்க இன்ஸ்பெக்டர் கண்டர் வந்திருக்கார்."

"என்னைப் பிடிக்க மாட்டார்." எழுந்து நின்றபடி கருணாகரன் சொன்னான்.

"எப்போதும் பிடிக்க மாட்டாரா?"

"எப்போதும் பிடிக்க மாட்டார்."

"எதனால்?"

"நான் ஒன்றும் திருடனில்லையே. கொலைகாரனும் இல்லை. சொத்துத்தகராறு செய்யறவனும் இல்லை."

"அதனால உன்னைப் பிடிக்காம விட்டுருவாங்களா?"

"துப்பறியும் நாவல்களில் இவங்களைத்தானே கடைசிப் பக்கத்தில் பிடிப்பாங்க. நீலகண்டன் பரமாரி நமக்குச் சொல்லிக்கொடுத்தது என்ன? கடைசியில் தீமை தோத்து போகும் என்பது தானே? நான் தீயவனா?"

" நீ கண்டிப்பா தீயவன் இல்லை." - ரமணி அவனோடு சேர்ந்து நின்றபடிச் சொன்னாள், "அதனால உன்னை ஒருபோதும் பிடிக்க மாட்டாங்க. உன்னைப் பிடிச்சிட்டா அப்புறம் எனக்கு யாரு இருக்காங்க?")

கண்டர் துணிப்பையை எடுத்து தரையில் கொட்டிய போது ஒரு பெரிய 'சிலுக்' சத்தம் கேட்டது. அவர் சொன்னார். "நாம் தொண்டியை வசப்படுத்தியவரைப் பிடிக்க போலீஸ் நாய்களைப்

---

* படுத்திருக்கும் யானையை எழுப்புவதற்குச் சொல்லும் கட்டளை.

பயன்படுத்தலாம்."

"இதுதான் என்னுடைய டாக் ஸ்குவார்டு."

துணிப்பையைத் திறந்து ஒற்றையும் இரட்டையுமாக சோழிகளை வெளியே எடுத்து கட்டங்களில் நிரப்பியபடி கண்டர்ச் சொன்னார். சோழிகள் தரையில் ஊர்ந்து, வாசம் பிடித்து, வீட்டின் பல பாகங்களுக்கும் தேடிப்போய்த் திரும்பி வந்தபோது அவர் சொன்னார், "வேறவழியேயில்லை. தொண்டி ரகசியமாய் பத்திரப்படுத்தும் வேற ஏதாவது பொருட்கள் இருக்கா?"

"எனக்குத் தெரிஞ்சு இல்லை." - மேனன் சொன்னார்.

"ஒரு பழைய 'ப்ளேயர்ஸ் நேவிகட்' சிகரெட் டின்னில் அவள் என்னென்னவோ எடுத்துப் பத்திரப்படுத்தி வச்சிருக்கா." - மேனனின் மனைவி சொன்னாள்.

"அப்படின்னா அதை எடுத்திட்டு வாங்க."

"அது வேணுமா இன்ஸ்பெக்டர்? வயது வந்த பெண்ணில்லையா. சில ரகசியங்களெல்லாம் அவளுக்குன்னு இருக்காதா?" - மேனன் சங்கடத்தோடு கேட்டார்.

"குற்ற விசாரணையில் பெண்களுக்கென்று தனியாக எந்த ரகசியமும் இருக்க முடியாது. அந்தப் பெட்டியைக் கொண்டு வாங்கம்மா."

கண்டர் டின்னைத் திறந்து அதற்குள்ளிருக்கும் பொருட்களை ஒவ்வொன்றாய் எடுத்து வெளியே போட்டபடி பட்டியல் போடும் பாஷையில் சொன்னார்.

"ஹனி ட்யூ சிகரெட்டின் காலி பாக்கெட் ஒன்று, சாப்பிடாமல் தூக்கிப்போட வைத்திருக்கும் சூரணத்தின் சின்ன சின்ன பாக்கெட்டுகள் ஐந்து, தீப்பெட்டி படங்கள் - நான்கு, வருடப்பிறப்பன்று பெரியவர்களின் காலில் விழுந்து ஆசிர்வாதம் பெற்றுக் கொண்டு வாங்கிய வெள்ளிப் பணம் ஒன்று, ஒன்றாம் வகுப்புப் பாடப்புத்தகத்தில் இருந்து கிழித்தெடுக்கப்பட்ட முதல் பக்கம் ஒன்று."

சிறிது நேரம் கண்டர் கண்மூடி அமர்ந்திருந்தார். தியானம்

முடிந்தபோது மந்திர உச்சாடனம் போலச் சொன்னார்.

"துப்பு கிடைச்சிடுச்சு."

"புரியலயே" – மேனன் தவிப்புடன் கேட்டார்.

"சிகரெட் பாக்கெட்டில் என்ன படமிருக்குன்னு பாருங்க, யானை. தீப்பெட்டி படங்கள், யானைகள். ஒன்றாம் வகுப்பு பாடத்தின் முதல் பக்கப் படம் என்ன? அ அம்மா, ஆ ஆனை, துப்பு கெடச்சிடுச்சு மேனன். துப்பு கெடச்சிடுச்சு இனி நான் பாத்துக்கறேன்."

* "ராமவர்ம மகாராஜாவின் ஆட்சிக் காலத்தில் திருப்பூணித்துறை கோவிலில் திருப்பள்ளியெழுச்சிக்கு வந்திருந்த அச்சுதன் யானைக்கு மதம் பிடித்தது. சங்கிலியை உடைத்து மேற்கு மண்டபத்தில் பாகனைக்கூட உடன் சேர்க்காமல் பயங்கரக் கோபத்தோடு பிளிறி நடந்தது யானை. பிடித்துக் கட்டப்போன பாப்பானை குத்திக் கிழித்து கொன்றபோது, சந்தையில் எல்லோருக்கும் பயம் பரவ ஆரம்பித்தது. பிரசிடெண்ட் துரை வெடிவைத்துக் கொல்ல உத்தரவிட்ட போதிலும் திருப்பூணித்துறை பகவானின் யானையைக் கொல்ல மகாராஜாவுக்குச் சங்கடமாக இருந்தது. அப்போதுதான் வடக்கிலிருந்து அம்பலப்புழைக்குப் போயிருந்த ஒரு இளைஞன் பதறியபடி ஓடிவந்து அரண்மனை மாடத்தில் எழுந்தருளியிருந்த ராஜாவின் முகம் பார்த்துக் கேட்டான்.

"மன்னரே, என் பெயர் பாச்சு. நான் ஒரு பாப்பான். நான் இந்த யானையை அடக்குறேனே. ஒருமுறை வாய்ப்பு கொடுத்து உத்தரவிடுங்களேன்."

சம்மதம் கிடைத்தவுடன் இரும்புப் பாலத்தின் அந்தப்பக்கம் ஒரு ஓலைக்குடிசையில் வசித்திருந்த ஒரு முதியவளிடம் பாச்சு கேட்டான்.

"பாக்கு நசுக்கும் சின்ன அம்மிக்குழவி இருக்கா?"

அச்சுதன் யானை மத்தகத்தால் கோவில் ஆலமரத்தை உலுக்கத் தொடங்கியது. இரும்புப்பாலத்தின் நடுவில் தனியாக நிற்கும் பாச்சுவைப் பார்த்தவுடன் தும்பிக்கையைத் தரையோடு

---

* ராமவர்மா மகாராஜாவின் ஆட்சிக்காலம் *1895 - 1914.*

உரசி தலையைக் குலுக்கியபடி ஆக்ரோஷத்துடன் பாலத்திற்கு ஓடி வந்தது. சடாரென பாச்சு பாப்பான், அம்மிக் குழவியை ஓங்கித் தரையில் அடித்து அதை மூன்று துண்டுகளாக்கினான். திடீரென ஏற்பட்ட சத்தத்தில் யானை திகைத்து நின்றது. திகைத்து நின்ற நொடியின் இடைவெளியைப் பயன்படுத்திக்கொண்ட பாச்சு, உடைத்த கல்லின் முதல் துண்டை அச்சுதனின் வாயருகே எறிந்தான். இரண்டாவது துண்டு அதனுடைய காதினை உரசியும், மூன்றாவது துண்டு மத்தகத்திற்குமாக எறிந்தான்.

அடி விழுந்த வேகத்தில் நிலை தடுமாறிய அச்சுதனிடம் கொஞ்சலாய் சப்தம் பதித்து பாச்சு பாப்பான் சொன்னான்.

* "மடக்கு ஆனெ"

கால்கள் மடக்கி அச்சுதன் ஒரு நாய்க்குட்டியைப் போல உட்கார்ந்தது. மதநீர் அதனுடைய கண்ணீரில் கலக்க ஆரம்பித்தது.

மேனனின் மனைவி ஒரு பெரிய டம்ளரில் காப்பியைக் கொண்டு வந்து கண்டரின் முன்னால் வைத்தபடி கேட்டாள்.

"இதுக்கும் ரமணிக்கும் என்ன சம்மந்தம்?"

"என்ன சம்மந்தமா? இருபது வருஷத்திற்கு முன்னால் **இவாக்குவேஷன் காலத்தில் இதே இரும்பு பாலத்தில் ஒரு யானை ஒரு இளைஞனைக் கொன்ற கதையைக் கேட்டிருக்கீங்களா?"

"ஆமாமாம். நான் அப்ப மதராஸில் படிச்சிட்டிருந்தேன்." மேனன் தன்னை ஞாபகப்படுத்திக் கொண்டார்.

"வீரராகவன் என்பதுதான் அந்த யானையின் பெயர். இருபது அல்லது இருபத்திநாலு வயசிருக்கும். அதுக்கு மதம் பிடிக்க ஆரம்பித்ததால் ஒரு இடத்தில் இருக்கப் பொறுக்கவில்லை. ஜன்ம வாசனைதானே? இதுக்கு முன்னால இப்படியான மாற்றங்களை அனுபவிச்சதும் இல்லை. கோவிலில் இருக்கும் ஆலமரத்தை

---

* முன்கால்கள் மடக்கி உட்காரச் சொல்லும் கட்டளை.

** இரண்டாம் உலகப்போரின் போது கொச்சி பகுதிகளிலிருந்து ஆளரவமற்ற பாதுகாப்பு பகுதிகளுக்கு மக்கள் சென்ற காலம். Evacuation

ரொம்ப நேரம் பிடித்து உலுக்கியது. மதம் அடங்காமல் போகவே யானைக்குக் கோபம் தலைக்கேறி பிளிற ஆரம்பித்தது. அந்த சத்தம் ஹில்பேலஸ் வரை கேட்டதாம். ம்... வாயில்லா ஜீவன்களின் சங்கடங்களை நினைத்தால் பாவமாக இருக்கிறது."

"இதற்கும் நம்ம மகளுக்கும்..." – மேனன் கேட்டார்.

வீரராகவனும் சங்கிலியை உடைத்தது. பாப்பானை முதலில் குத்திக் கொன்றது. இந்த முறை ஃபோர்ட் கொச்சியின் மாவட்ட ஆட்சியாளர் யானையை வெடி வைத்துக் கொல்ல உத்தரவிட்டார். துப்பாக்கியுடன் வரிசையாக ஆட்கள் வந்தபோது ஒரு இளைஞன் இடையில் புகுந்தபடி சொன்னான்.

"எனக்கு ஒரு வாய்ப்பு கொடுங்களேன். அச்சுதன் யானையை அடக்கிய பாச்சுநாயரின் மகன் கருணாகரன்தான் நான். தயவு செய்யுங்கள்."

பாச்சுநாயரின் பெயரால் அவனுக்கு சம்மதம் கிடைத்தது. இரும்புப்பாலத்தின் நடுவில் மூன்று கற்களுமாய் கருணாகரன் காத்து நின்றான். வீரராகவன் தும்பிக்கையை உயர்த்தி பக்கத்தில் எங்காவது பெண் யானைகள் இருக்கிறதா என்று வாசனை பிடித்துப் பார்த்தது. தலைக்கேறிய மதத்துடன் பாலத்தின் மீது ஓடி ஏறியது. கருணாகரனைப் பார்த்தவுடன் பகைமை கண்களில் துளிர்விட, வீரராகவன் நின்றது. தலையாட்டி அவனைத் திரும்பிப் போகச் சொன்னது என்றுதான் வயதானவர்கள் சொன்னார்கள். கருணாகரன் எறிந்த முதல் கல் மிகச் சரியாக அதன் வாயருகில் பட்டது. அடுத்த கல் எறிவதற்குள் யானை கருணாகரனை தும்பிக்கையிலெடுத்து தந்தத்தில் கோர்த்தது. நிமிடங்கள் அதிர்ச்சியில் கடந்திருந்தபோது அந்த இளைஞனின் பிணத்தை வீரராகவன் வாய்க்காலில் போட்டிருந்தது."

ராமர் கண்டர் மூசத் எழுந்து நின்று கையை நீட்டியபடி சொன்னார்.

"சாட்சிகளும், சூழ்நிலைகளும், கைரேகைகளும் வைத்துப் பார்க்கும்போது, அந்த கருணாகரனின் ஆவிதான் உங்கள் மகள் ரமணியைப் பிடித்திருக்கிறது."

"நாங்க என்ன செய்யவேண்டும்?" – மேனன் கலவரத்துடன் கேட்டார்.

“வழி இருக்கிறது. ஒரு தாயத்து மந்திரித்து தரேன். அதை அவளுக்குக் கட்டி விடுங்கள். அவனுக்குப் புத்தி இருந்தால் - எனக்குத் தெரிந்தவரை அதில்லை அவனுக்கு என்றுதான் தோன்றுகிறது - இவளை விட்டு நீங்கிவிடுவான். அது பலிக்கலைன்னா, நாம சோட்டானிக்கரை பகவதியிடம் போய் கிழக்குக் கோவிலில், பாலமரத்தில், தகடில் ஆணியடித்து அவனை அறைந்து விடலாம். பாச்சுநாயரின் மகன்தானே அவன். அவனுக்கு நிச்சயமாகச் சோட்டானிக்கரை பகவதியின் அருள் கிடைக்கும்.”

அதோடு எல்லாம் சரியாகிவிடுமா? – மேனனின் மனைவி கேட்டாள்.

“சரியாகணும். அவனொரு முட்டாள். அது மட்டுமல்ல, சரித்திரத்தை மேல்நோக்கி எடுத்துச் செல்லக் காரணம் தேடிய மடையனும் கூட. அதனால் அவனுடைய கோபம் கூடும். சோட்டானிக்கரையிலும் சரியாகவில்லையெனில் நாம இங்கேயே மூன்று நாட்கள் ஹோமம் நடத்தி ஆவியை ஓட்டிவிடுவோம்.” கண்டர் வெள்ளிப்பூண் போட்ட பிரம்பினைக் கையில் சுழற்றியபடி, “அவனை அதிகமாய்ச் சித்ரவதை செய்ய வைக்காதே கடவுளே.” என்றார்.

கருணாகரனின் முகம் உச்சிவெயிலிலிருந்து ஏறி வந்ததுபோல வாடியிருந்தது. ரமணி பதட்டத்துடன் சொன்னாள்.

“அந்த இன்ஸ்பெக்டர் கண்டர் உன்னைக் கண்டுபிடிச்சிட்டார்.”

“ம்”

“இனி?”

“இனி?”

“நீ என்னை விட்டுட்டு போயிடாதே. எனக்கு நீ மட்டும்தானே இருக்கே.” ரமணி அழுகையை அடக்கியபடி மீண்டும் சொன்னாள்.

“நீ போனால் மறுபடியும் நான் தனியாயிடுவேன்.”

“நீ பயப்பட வேண்டாம். நான் போக மாட்டேன்.”

கருணாகரன் சுவரில் ஹாட்டின் துளைகளினூடாக

இருளைக் கூர்ந்து நோக்கியபடிச் சொன்னான்.

"ஒருமுறை தோற்றவன் நான். இனியும் தோற்பதற்கு எனக்குச் சம்மதமில்லை."

ரமணி அவனோடு உரசிக் கொண்டு கால் விரல்களைமட்டும் ஊன்றி நின்று கருணாகரனின் காதுகளை நாவால் சுவைத்தபடி முத்தமிட்டாள்.

மறுநாள் மாலையில் குளித்து முடித்து வந்த ரமணியை அம்மா குலதெய்வத்தின் முன்னால் நிறுத்தி பிரார்த்தனை செய்து கறுப்புக்கயிற்றில் கோர்த்த தாயத்தினைக் கட்டிவிட்டாள்.

"உனக்கு ஏதாவது வித்தியாசமாத் தோணுதா?"

"என்ன தோணணும்?"

"பாரமிறங்கியதுபோல ஏதாவது...?"

"இல்ல இடுப்பில் பூரான் ஊறுவது போலக் கூச்சமா இருக்கு."

அம்மாவின் கண்கள் நிறைவதைப் பார்த்தவுடன் அப்பா, வந்த சிரிப்பை பற்களுக்கிடையில் அழுத்தி அடக்கினார். கஷ்டப்பட்டு குரலை உயர்த்தி உத்தரவிடுவதைப் போலச் சொன்னார்.

"தூங்கும்போது ரூமுக்குப் போனால் போதும். நீ இப்போ இங்கேயே உட்கார்ந்து லலிதா சகஸ்ரநாமம் சொல்லு."

அன்று இரவு ரமணி தாயத்து கோர்த்த கறுப்பு கயிறை மட்டும் அணிந்தபடி கருணாகரனின் முன்னால் நின்று தாயத்தினைத் தடவியபடியே சொன்னாள்.

"இதற்குள் உனக்கான அரெஸ்ட் வாரண்டை கண்டர் வச்சிருக்கார்."

ரமணி கருணாகரனின் கையை எடுத்துத் தாயத்தினைத் தொட வைத்தாள். பிறகு அவனோடு சேர்ந்து நின்று அவளுடைய தேகத்தினை உரசினாள். அவனைப் பிடித்திழுத்து பாயில் தள்ளிவிட்டாள். அவளுடைய தேகம் அவனுடைய தேகத்தோடு சேர்ந்து நடுங்க ஆரம்பித்தபோது, ரமணியின் இரண்டு கைகளின் நகங்களும் கருணாகரனின் முதுகில் பதிந்து பல வரிகளை

உண்டாக்கின. மூச்சு வாங்குவதினிடையில் அவள் சொன்னாள்.

* "விளிச்செ ஆனெ"

மூன்று வழிப்பாதையின் நடுவில் பாண்டியாக் டாக்ஸியில் சோட்டானிக்கரையிலிருந்து திரும்பி வரும்போது ரமணி, அம்மாவின் மடியில் தலைவைத்து உறங்கிக் கொண்டிருந்தாள். முகத்தில் அங்கங்கே ஒட்டிக்கொண்டிருந்த குங்குமமும், தெளிக்கப்பட்ட மஞ்சள் நீருமாய், பாதி திறந்திருந்த அவளுடைய கண்களின் வெளுப்பைப் பார்த்தபோது அம்மா அழத் தொடங்கினாள்.

"விட்டொழிஞ்சதுன்னு நெனக்கறேன்" அம்மாவைச் சமாதானப்படுத்தும் தொனியில் அப்பா சொன்னார்.

"நல்ல வேளை, கண்டர் மூசத்தினால் தனியாகச் சித்ரவதை ஒன்றும் அனுபவிக்கவில்லை."

அழுகையை அடக்கியபடி கமறும் தொண்டையோடு அம்மா பேசினாள்.

அறையில் ஓலைப்பாயில் தூங்குவதற்காகப் படுத்தபோது ரமணிக்கு இன்று முதல், தான் தனியாக்கப்பட்டுவிட்டதாய் தோன்றியது. அதிகபடியான இருட்டு தேவைப்பட்டதால் தலையணையில் முகத்தை அழுத்திய போது சட்டென அவள் கருணாகரனின் வாசனையை உணர்ந்தாள்.

"நான் உன்னை சோட்டானிக்கரையில் பாலமரத்து ஆணியில் அடிச்சிட்டேன்னு நெனச்சேனே"

அவள் அவனருகில் நின்று கொண்டு வேதனைக்குரலில் சொன்னாள்.

கருணாகரன் ஒன்றும் பேசவில்லை. அதற்குள் அவளுடைய விரல்களில் உயிர் ஊறியது. அவை அவனின் நெற்றியிலிருந்து மூக்கின் வழி ஊர்ந்து மெதுவாக உதடுகளுக்குப் பயணப்பட்டபோது கருணாகரன் அவளுடைய கைகளை மெதுவாக எடுத்து விட்டபடிச் சொன்னான்.

---

* பிளிறச் சொல்லும் கட்டளை.

“எனக்குப் பயமாக இருக்கிறது.”

கண்களில் மின்னலிடும் கண்ணீரும், அதிர்ச்சியுமாய் ரமணி மீண்டும் முன்னால் வந்தபோது கருணாகரன் உத்தரவிடும் குரலில் சொன்னான்.

* “செட் ஆனெ”

“நீ எதுக்கு பயப்படறே?” – கலவரமான குரலில் ரமணி கேட்டாள்.

“எனக்குத் தெரியல.”

முறத்தில் வைக்கப்பட்டிருந்த கத்தரிக்கப்பட்டிருந்த குருத்தோலைகளையும் சிவந்த நிறமுள்ள இட்லிப்பூக்களையும் கலந்து ஒரு பிடி அள்ளி எடுத்து ராமர் கண்டர் மூசத் அவருடைய முன்னால் கால் மடித்து உட்கார்ந்திருக்கும் ரமணியைப் பார்த்துச் சொன்னார்.

“போ... போ... போடா வெளியே”

தொடர்ந்து பூக்களை அள்ளி வீசினார். வெள்ளிப் பூண் போட்ட பிரம்பினால் சுளீர் சுளீரென அடித்தார். பிறகு மந்திர உச்சாடனத்தின் இடைவேளை. இப்படியே பாதிராத்திரி வரை தொடர்ந்தது. வீட்டின் வரவேற்பறையில் கூடியிருந்த பெண்கள் அழத் தொடங்கியிருந்தார்கள். தூரத்து இருட்டில் சிற்றோடைகளில் அங்கங்கே மின்னிக் கொண்டிருந்த அரிக்கன் விளக்கின் ஒளி, மூசத்தின் ஆக்ரோஷம் நிறைந்த குரலைக் கேட்டு பயணத்தை நிறுத்தியிருந்த படகுகளிலிருந்து வந்து கொண்டிருந்தது.

கருணாகரன் அழாமல் இருப்பதின் அழுத்தம், மூசத்தை மேலும் ஆக்ரோஷம் கொள்ளச் செய்தது. பிரம்பு பறக்கத் தொடங்கியபோது அவருடைய பவழமாலை காற்றில் சுழன்றது. ரோமம் நிறைந்த கைகளில் இருந்து குத்து விளக்கின் ஒளிபட்ட வியர்வைத் துளிகள் தெறித்து விழுந்தன. கடைசியாக எல்லாம் மறந்து மூசத் குதித்தெழுந்தபடி சொன்னார்.

“ராஸ்கல், ப்ளடி ஃபூல், கெட் அவுட்... போ... போ...”

---

* பின்னால் போகச் சொல்லும் கட்டளை.

அவர் ரமணியை மிதிக்கக் கால் ஓங்கியபோது அப்பா தடுத்தபடி சொன்னார்.

"இன்னக்கி இது போதும் மூசத்"

மூசத் சிறிது நேரம் ஒன்றும் பேசாமல் நின்றார். அவருடைய பருந்துத்தலை போலிருந்த தொண்டைக்குழி ஏறி இறங்கிக் கொண்டிருந்தது. கடைசியாக அவர் சொன்னார்.

"சரி. இவங்களுக்கு கொஞ்சம் இளநீர் கொடுத்து படுக்க வெச்சிடுங்க."

அறைக் கதவை தாழிட்டவுடன் ரமணி கருணாகரனிடம் கேட்டாள்

"உனக்கு வலித்ததா?"

அவள் முதல் முறையாக அழத் தொடங்கினாள். கருணாகரனின் முதுகில் பிரம்படியின் வீங்கிய கோடுகளைத் தடவியபடி மீண்டும் கேட்டாள்.

"உனக்கு வலித்ததா?"

"இல்லை...ஆனால் நான் போகிறேன்."

"என்னைத் தனியா விட்டுட்டா போறே."

"ம்"

"கண்டருக்கு பயந்தா?"

"இல்லை"

"பிறகு எதுக்குப் போற?"

"எனக்கு பயமாக இருக்கிறது." கருணாகரன் உடைந்த குரலில் சொன்னான்.

"எதுக்கு பயம்?"

"உன்னைப் பார்த்துதான்"

"என்னைப் பார்த்து பயமாயிருக்கா?"

"ஆமாம். உன்னில் மதவாசனை வருகிறது."

ரமணி கருணாகரனை முறைத்தாளேயாயினும் அவனைப் பார்க்கவில்லை. சுவரின் துளைகளினூடாக அவள் வாசலைப்

பார்த்த போது, அங்கே வீரராகவன் நின்றிருந்தது. கருணாகரன் அதன் முதுகில் ஏறியவுடன் தும்பிக்கை உயர்த்திப் பிளிறிக் கொண்டு யானை ஓடத் தொடங்கியது. சிறிது நேரத்தில் வாசற்படி தகர்ந்து விழும் சத்தம் ரமணிக்குக் கேட்டது.

◻

சர்மிஷ்ட்டா

யா தேவி ஸர்வபூதேஷு ஸர்வரூபேண ஸம்ஸ்தித...

அப்படித்தானே மன்னவரே! உங்கள் முகத்தில் முகப்பரு தோன்றுவது போல திடீரென ஏற்பட்ட சுருக்கங்களை விட, உங்கள் தலையில் வஜ்ராயுதம் போல வந்து பதிந்த நரையை விட, உங்களுடைய கண்களின் அருகேயுள்ள சுருக்கங்களின் இருள் முனையில் தெரியும் பால்திரையைவிட, உங்கள் விரல்களைச் சொடுக்கு எடுக்கும் போது ஏற்படும் சப்தத்தை நான் -சர்மிஷ்ட்டா- எதிர்பார்க்கவேயில்லை. அதிகமாக ஏற்படும் அந்த சப்தம் என்னை முதலில் திடுக்கிடச் செய்தது. பிறகு அது வெறும் சொடுக்கெடுக்கும் சப்தம் தான் என்று உணர்ந்தபோது என்னால் சிரிக்காமல் இருக்க முடியவில்லை. அதனால்தான் புராதன அஸ்திகளின் தீனக்குரல்களுக்காய் வருத்தப்பட எனக்குச் சிறிது நேரம் தேவைப்பட்டது. முதுமை மனிதனின் மீது வரையும் கேலிச் சித்திரங்கள் நம் எதிர்பார்ப்புக்கு அப்பாற்பட்டதுதானே.

ஏ மன்னா! உன் உடலின் நெருக்கடி என்னவென்று எனக்கு நன்றாகத் தெரியும். முதியவர்களின் காமம் மிருகங்களின் சினை மாதிரியானது. பூர்த்தியாகவில்லையெனில் அது வேதனை தரக்கூடியது. இணை கிடைத்தவுடன் மிருகங்களின் பிரச்சனை தீர்ந்துவிடுமென்றால், முதியவர்களின் பிரச்சனை அங்கேதான் தொடங்குகிறது. அவர்கள் ஸ்திரீகளிடமிருந்து கேட்க மிகவும் பயப்படுவது உடனே கிடைக்கும் சம்மதத்தைத்தான்.

கொடுக்கல், வாங்கல் ஒரு சந்தை நாளில் நிகழ்ந்தது. வானம் மேகங்களை முயல் குட்டிகளைப்போல பெரிது பெரிதாகக்

காட்டிய ஐப்பசி மாதத்தில் ஒரு வெள்ளிக்கிழமை. தர்பார் அறையை ஒட்டிய ரகசிய அறையில் யயாதி தன்னுடைய புதல்வர்களைக் காணக் காத்திருந்தார்.

சூரியனின் வெளிச்சம் அதீதமாய்ப் பதிந்ததினால், அவருடைய பார்வை மங்கியபடியிருந்தது. தன் பேச்சின் வழியாய் புதல்வர்களின் முகங்களில் ஏற்படும் உணர்வுபூர்வ மாற்றங்கள் தனக்குத் தெரியாமல் போகுமே என்பதில் யயாதிக்கு நிம்மதியும் ஏற்பட்டது.

முதலில் யயாதி அழைத்தது, தன் பட்டத்துராணியான தேவயானியின் வயிற்றில் பிறந்த மூத்த புதல்வன் யதுவைத்தான். பழைய புராணங்களில் சொல்லப்படுகிற இடுங்கிய கண்களையுடைய பெண்கள் முதல், கிழக்கு காந்தாரத்தின் கம்பீரத் தோற்றம் கொண்ட இளம்பெண்கள் வரை, யது தன் அந்தப்புரத்தில் சேகரித்து வைத்திருந்தான். அதனால் அவன் சம்மதிக்கப் போவதில்லை என நான் முன்கூட்டியே யூகித்தேன்.

"மகனே, யது"

மூச்சு வாங்கியபடி யயாதி பேசத்தொடங்கினான்

"சுக்கிரமகரிஷி எனக்குக் கொடுத்த சாபத்தினால், இளைஞனாயிருந்த நான், நரையோடிய இந்த முதுமையை அடைய நேர்ந்தது. ஆனாலும் என்னைச் சபித்த அந்த மகரிஷி எனக்குக் கொடுத்த சாப விமோசனம், இந்த வயோதிகத்தை என் பிள்ளைகளில் யாரேனும் ஒருவருக்கு மாற்றிக்கொடுத்து, அவர்களின் இளமையை நான் அடையலாம் என்பதுதான்."

"என் மகனே! என் முதுமையை நீ ஏற்றுக்கொள்வாயா?"

"ஒரு தகப்பன் தன் மகனுக்குத் தர வேண்டிய சொத்து இதில்லை என்று எனக்குத் தெரியும். பரிபூரணமாக இந்த உலகத்தை இளமையோடு அனுபவிக்க வேண்டும் என்று எல்லோரையும் போல எனக்கும் மோகமுண்டு. கொஞ்ச காலத்திற்குள்ளாகவே நான் இந்த முதுமையைத் திரும்பி வாங்கிக் கொள்கிறேன். நீ செய்யப்போகும் இந்தப் பேருதவிக்காக என் அரசாங்கத்தின் செங்கோலையும் உனக்குத் தருகிறேன்."

"என்னால் முடியாது"

தீர்மானமாய் யது மறுத்தான். "லௌகீக வாழ்க்கையின் காமபோகங்களில் எனக்குள்ள ஆர்வம் நீங்கள் அறியாததில்லை. அது எவ்வளவு சுவாரஸ்யமானதென்று உங்களுக்கே தெரியும். உங்கள் வேண்டுகோளை ஏற்றுக்கொள்ள முடியாததற்கு என்னை மன்னிக்க வேண்டும்." யது அவசரமாக வெளியேறினான்.

அதன் பின்பு அறைக்கு அழைக்கப்பட்ட தேவயானியின் இரண்டாவது மகன் துர்வசுவின் நிராகரிப்பும் உடனே முடிந்தது.

என் மூத்த மகன் த்ருஹியூவுக்கு அவன் தந்தையின் மீதான வெறுப்பு எல்லோருக்கும் தெரிந்தே இருந்தது. வேலைக்காரியான என் அவஸ்தை, யயாதிக்கு தேவயானியின் மீதான பயம், எங்கள் தாம்பத்திய உறவில் இருக்கும் சத்தியமின்மை, கடைசியாக மோகவெறியால் உந்தப்பட்டு தன் பிள்ளைகளிடம் யௌவனத்திற்காக மேற்கொண்ட யாசிப்பு இவையெல்லாம் வெகுளியான என் மூத்த மகனுக்குத் தெரியாதது இல்லை.

"தாதா" த்ருஹு வெறுப்புடன் கேட்டான்.

"இந்த 'தாதா' என்ற வார்த்தையின் அர்த்தம் தா, தா என்று கெஞ்சுவதா?"

"வேண்டாம். நீ எதுவும் பேச வேண்டாம். அர்த்தம் இல்லாமல் பேசும் உன்னுடைய கிண்டல் பேச்சுகளைக் கேட்க எனக்குப் பிடிக்கவில்லை."

"இந்த இரட்டை அர்த்த வார்த்தைகளைப் பயன்படுத்தியதன் விளைவுதானே அப்பா உங்களை இந்த நிலைக்கு கொண்டு வந்தது?"

"புரியவில்லை" - யயாதி பாவமாய் கேட்டார்.

"என் அம்மாவை ஜாதியைச் சொல்லி ராணி தேவயானி கிண்டல் செய்தது நினைவில்லையா உங்களுக்கு? அம்மா நீஜ யோனியிலிருந்து பிறந்தவள், அவள் பிரம்ம குலத்தின் முதன்மையான ப்ருஹு வம்சத்தைச் சார்ந்தவள். இப்போது ஏற்பட்டிருக்கும் இந்தப் பிரச்சனைக்கு மூலம் என்ன? தேவயானியின் ஒரு சேலையை என் அம்மா அறியாமல் மாற்றிக் கட்டிக் கொண்டது தானே?"

"அதற்காகக் தேவயானியைக் கிணற்றில் தள்ளிவிட வேண்டுமா என்ன?"

"அதனால் தானே அந்த வழியாகப் போன யயாதிராஜா, தேவயானியைக் கைப்பிடித்து கிணற்றிலிருந்து ஏற்றிக்காப்பாற்றியதும், பிறகு கையைப் பிடித்துவிட்டார் என்பதினாலேயே சுக்ரமகரிஷி பிராமணக்கன்னியான தன் மகளைச் க்ஷத்ரியனான உங்களுக்கே திருமணம் முடித்துத் தந்ததும் நடந்தது. எல்லாவற்றையும் மறந்து விட்டீர்களா?

கோபத்துடன் த்ருஹு அறையை விட்டு வெளியேறினான்.

என் இரண்டாவது மகன் அனுத்ருஹு யயாதியின் முன்னால் நின்றவுடனேயே மறுத்தபடி தலையசைத்து பின் வாங்கினான்.

புருவுக்கு யயாதியை அடையாளமே தெரியவில்லை. "முதியவரே நீங்கள் யார்? ராஜா மாதிரி வேடமணிந்து என்ன செய்கிறீர்கள் இங்கே?" என்று கேட்டான்.

"மகனே, புரு, நான் உன் தந்தை யயாதிதான். உன் தாய் சர்மிஷ்ட்டாவிற்கு புத்ர பாக்யம் கொடுத்ததினால் பட்டத்துராணி தேவயானியுடைய தகப்பனார் சுக்ரன் தந்த சாபம்தான் இந்த வயோதிகம். இனியும் நான் யௌவனம் அனுபவித்து தீரவில்லையென்றும், என் வயோதிகம் உங்கள் மகளுக்கும் பிரச்சினையாகும் என்றும் நான் அவரிடம் சொன்னேன். அதற்குச் சுக்ரன், உன் பிள்ளைகளில் யாராவது ஒருவர், உன்னுடைய இந்த வயோதிகத்தை மாற்றிக்கொள்ளலாம் என்ற சாப விமோசனத்தையும் நல்கினார். உன் மூத்த அண்ணன்கள் நால்வருமே அதற்குத் தயாராக இல்லை. என் அரசாட்சியைத் தருவதாகச் சொல்லியும்கூட அவர்கள் மறுத்து விட்டார்கள். இளைஞர்கள் அப்படித்தான். வயோதிகம் முதியவர்களிடம் மட்டுமே இருக்கும் என்று அவர்கள் நினைக்கிறார்கள்."

பதினாறே வயது நிரம்பிய புருவிற்கு எல்லா பாலகர்களையும் போல் சீக்கிரமே பெரிய ஆளாக வேண்டுமென்ற ஆசையிருந்தது. பிரம்மச்சாரியாயிருந்ததால் அவனுக்கு யௌவனத்தின் சுகந்தங்கள் குறித்து பெரிய புரிதல்கள் இல்லாமல் இருந்தது. அரசனாக பட்டமேற்பது ஒரு நல்ல காரியம் தானே! பெரிய விஷயம் தானே! என்றும் அவனுக்குத் தோன்றியது. நினைவுகளின் ஒழுகல்களினூடே புரு சொன்னான். "சரி"

அந்த நிமிடத்தில் என் பாலகன் முதியவனானான்.

அவனுடைய கண்களைக் கூசி வலியுண்டாக்க வேண்டி சூரியன் மிகப் பிரகாசமாக உதித்தான். அவன் எப்போதும் அரண்மனையின் படிகளில் கண்மூடிப் படுத்துக்கிடக்கலானான். யாகசாலைகளில் தூணில் சாய்ந்தபடி புரோகிதர்கள் மந்திரஉச்சாடணம் செய்தபோது அவனும் முணுமுணுத்தபடியிருந்தான். வில்போல முன்னால் சாய்ந்த முதுகெலும்பு அவனுடைய கண்களை பூமிக்கருகில் சமீபித்திருந்தது. மிகச்சமீபமாய் காணக்கிடைத்த கற்களும், புல், புழுக்களும் யயாதிவம்சத்திற்கு உரிமையுள்ளது என்பதை புரு புரிந்துகொண்டான். இப்போது சரித்திரம், சில கவிஞர்களும், அயல்நாடுகளிலிருந்து வந்த யாத்ரீகர்களும் சொல்வதை நம்புவதற்கு முடியாததாக இருந்தது. அதனால் பூமிசாஸ்திரம் பயில புரு தீவிரமாகத் தன் முதுகெலும்பை வளைக்கலானான்.

புருவின் முதுமையினூடே ஊர்ந்து சென்றிருந்த மெல்லிய சப்தங்களில் ஒன்று தேவயானியுடையதாக இருந்தது. அவள் எப்போதும் உச்சஸ்தாயியில் புருவிடம் அவனுடைய மரணத்தைப் பற்றி மட்டுமே பேசியபடியிருந்தாள்.

"ஒரு ஜுரம், தும்மல், இல்லையென்றால் ஒரு மழை, ஒரு முறை மேற்கில் வீசும் குளிர்ந்த காற்று, அதோடு முடிந்து போகும் உன் கதை. வேலைக்காரியின் மகனான உனக்கு ராஜாவாக வேண்டும் என்ற ஆசையிருந்திருக்கிறது இல்லையா. முதுமையின் தொடக்கம் மரணம் என்று தெரியுமா உனக்கு? வர்ணாஸ்ரமங்களை கீழ்மேலாகப் புரட்டிப்போட முடியாது கிழவனே!"

இது போன்ற நிமிடங்களில் புருவின் அருகில் நிற்கும் நான் சிரிப்பேன். சிரித்தவுடன் என் முகம் சாந்தமாகும். அதைப் பார்த்த தேவயானி கழுத்தை வெட்டியபடி திரும்பி நடப்பாள். போகும்போது ஒரு முறை திரும்பி என்னைப் பார்ப்பாள். அந்தப் பார்வைதான் அவளுடைய தோல்வி.

தேவயானிக்கும் எனக்கும் உரையாடல்கள் மிகவும் குறைவாகவே இருந்தது. அசுரர்களின் ராஜாவாயிருந்த என் தந்தையின் குருவான சுக்ரமகரிஷி, என் சம வயதுடையவளான அவருடைய மகள் தேவயானியுடன் அரண்மனையில் வசிக்க வந்த நாள் முதல், எங்களுடைய பால்யம் ஒன்றாகவே இருந்தது. ஒரு பார்வை, ஒரு தீண்டல், ஒரு புருவம்உயர்த்தல் என்று

எங்களுக்குள்ளான உணர்வு பரிமாற்றங்கள் இவை மட்டுமாகவே இருந்தன.

தேவயானிதான் எனக்குக் காதலைக் கற்றுக் கொடுத்தவள். காதல் கற்றுக்கொடுக்கப்பட வேண்டிய உணர்வுதானே. கசனுடனான நிறைவேறாத காதலின் ஆரம்ப நாட்களில் அவள் இரவு முழுவதும் என் கைகளைப் பற்றியபடி பேசாமல் படுத்துக் கிடப்பாள். சில நேரங்களில் தேவயானி என் கையை இறுக்கிப் பிடிப்பாள். அப்போது நான் அவளுடைய நெற்றியைப் பிரியத்தோடு தடவிக் கொடுப்பேன்.

எல்லா விதமான உறவையும் பிரிக்கும் அதிகாரம் என்ற விஷவேர் எங்கள் நட்பிலும் உள்ளேறி வர ஆரம்பித்தது. நான் இந்த அசுரசாம்ராஜ்யத்தின் ராஜகுமாரி, தேவயானியின் தந்தை எங்கள் குரு. அப்பாவும் மகளும் ராஜாவான என் தந்தையின் செல்வத்தில் வாழ்கிறார்கள். ஆனால் தேவயானியோ பிரம்மகுலத்தில் பிறந்தவள். நானோ அசுர குலத்தில் பிறந்தவள். சமூகம் தேவயானியின் ரத்தத்திற்குத் தேவைக்கும் அதிகமாக அதிகாரத்தைக் கொடுத்திருந்தது.

எங்களுடைய முதல் பிரச்சினையின்போதே இதெல்லாம் வெளியில் வந்தது. அவளுடைய சேலையை நான் தெரியாமல் எடுத்து உடுத்தியபோது தேவயானி அதில் தீட்டுப் பட்டுவிட்டதென்று வெகுண்டாள். அப்போது நான், சுக்ரனும் மகளும் தானப்பிரபுவான என் தந்தையிடம் இரந்து வாழும் வாழ்க்கையை ஞாபகப்படுத்தினேன். இருந்தும் என் ஆத்திரம் தீரவில்லை. மறுநாள் கண்ணாடியில் என் முகத்தை நான் பார்க்க வேண்டுமென்றால் என்னை 'நீச ஜாதி' என்று சொன்ன அவளைக் கொன்றே ஆக வேண்டும் என்ற ஆத்திரத்தில், அவளைப் பக்கத்திலிருக்கும் கிணற்றில் தள்ளி விட்டேன்.

அதனால் எனக்கு இரண்டு தண்டனைகள் கிடைத்தன. முதலாவதாக, யயாதி ராஜாவைத் திருமணம் செய்து கொள்ளவிருக்கும் தேவயானியின் பணிப்பெண்ணாக இருக்க வேண்டும். இரண்டாவதாக, எனக்கு அருவெறுப்பு தரும், என் தோல் கூசி உரிந்து போகும் அந்தத் தண்டனையை ஸம்ஸ்கிருதத்தில்தான் சொல்ல வேண்டும். * "சர்மிஷ்ட்டா,

மாதாஸ்தல்பே ன கர்ஹியத்."

முதல் முதலாக நான் யயாதியை என் வயப்படுத்தத் திட்டமிட்டது, அந்த படுக்கையறையை கைவசப்படுத்த நான் பிரயோகித்த தந்திரம்தான். இந்தக் காலத்தில் பெண் பிள்ளைகள் தாராளமாக உபயோகிக்கும் ஒரு சூத்திரம். ஒரு காலில் நின்று கொண்டு இன்னொரு காலில் குத்தாத முள்ளை எடுக்கும் தருணத்தில் தன் இஷ்டபுருஷனைப் பார்ப்பது, நானும் ஒரு முறை அதைப் பிரயோகித்தேன். யயாதி உலா வரும் சமயம் பார்த்து அருவியில் குளிக்கப்போன நான் மாற்றுத்துணி கொண்டு உடல் மறைக்க சிரமப்படுவது போலவும் நடித்தேன்.

கள்ளத்தனங்கள் நிறைவு பெற்றது, ஒரு பௌர்ணமி நாளில் மேகங்கள் இல்லாத வானத்தில் களங்கமற்றுப் பொழிந்திருந்த நிலாவைப்பார்த்துக் கொண்டிருந்த யயாதியைப் பார்த்த போதுதான். மன்னர் ஏதோ சிந்தனையில் லயித்து மிக உன்னத நிலையில் இருப்பதாக எனக்குத் தோன்றியது. அவருடைய முகத்தில் அவமானத்தின் சாயல் படிந்து கிடந்தது. சட்டென அந்த சுருண்ட முடிகளின் ஊடாகக் கைகளை அளைந்து பார்க்க வேண்டும் என்று எனக்குத் தோன்றியது. தொடர்ந்து அந்தக் கிளி இதழ் மூக்கின்மேல் ஒரு முத்தமும் கொடுக்க ஆசை வந்தது. யயாதியின் விரிந்தகண்களில் சின்னக் குழந்தையின் பய ரேகைகளை நான் தரிசித்தபோது, பெண்களின் அன்பு தொடங்குவது தாய்மையில் இருந்துதான் என்று எனக்குப் புரிந்தது.

தேவயானி இரண்டாம் பிரசவத்துக்காக தாய்வீடு சென்றபோதுதான் நான் யயாதியின் முன்னால் போய் நின்றேன்.

"மன்னவரே, என்னை ஏற்றுக் கொள்வீர்களா?"

"உனக்கு விலக்கப்பட்ட இந்தப் படுக்கை அறையிலா?"

"பல நாட்கள் இந்தப் படுக்கையறையில் உன்னோடு சுகித்திருக்க வேண்டுமென்பதுதான் என்னுடைய மோகம். ஆனால் இந்த ஒரு முறையாவது உன்னோடு இருந்தால் போதும்." ஏதோ

---

* சர்மிஷ்ட்டாவை ஒருபோதும் படுக்கையறையில் மட்டும் உள்ளே விடக்கூடாது.
- பாகவதம்

நினைவிலிருப்பவள் போல நான் மேலும் கேட்டேன், "மன்னரே உங்களை நீ என்று கூப்பிடலாமா?"

யயாதி தலையாட்டியபோது நான் இன்னும் அவரோடு நெருங்கினேன். யயாதியின் இதயம் பயத்தினால் அதிவேகமாகத் துடித்த சப்தம் கேட்டு நான் சிரித்தேன்.

"எதற்குச் சிரிக்கிறாய்?,"

"அது... பிறகு சொல்கிறேன்." அந்த நொடிகளில் உட்புகுந்த மௌனம் எங்கள் உறவில் பலப்பல அர்த்தங்களின் ஆரம்பமாக இருந்தது.

கோடை தொடங்கியபோது புருவின் அவஸ்தை அதிகமானது. அவனுடைய கட்டிலில் அமர்ந்து, நெற்றியில் அரும்பும் வியர்வையை வெட்டிவேர் விசிறியால் விசிறியபடி நான் அமர்ந்திருந்தேன். புரு காணும் கனவுகள் இப்போதும் பதினாறு வயசு வாலிபனுடையதுதானா? அவனுடைய சரீரத்திற்கு மாறான கனவுகள் அவனை அடைவதற்காக நரைத்த இமைகள் கொண்ட மூடிய கண்களை நான் அழுத்தி முத்தமிட்டேன்.

புறக்கண் திறந்து சிறிது நேரம் என்னை உற்றுப் பார்த்த பிறகு கேட்டான்

"பெண்ணே நீ எனக்கு யார்?"

கண்கள் நிறைந்து மனம் விம்மியபடி நான் படுக்கையறைக்குப் போனபோது யௌவனம் திரும்பக் கிடைத்தபின் முதல் முதலாய் என் படுக்கை அறைக்கு வந்த யயாதியைப் பார்த்தேன். அவர் தன் நீண்ட விரல்களினால் விளக்கின் திரியை மட்டுப்படுத்தத் தயாராகிக் கொண்டிருந்தார்.

"நில்லுங்கள்"

யயாதி தலையுயர்த்தி என்னைப் பார்த்துச் சிரித்தபடி சொன்னார், "நான் மீண்டும் துளிர்த்தபின் வசந்தத்தின் சரம் என்னில் மணம் வீசத் தொடங்கியதிலிருந்து உன்னிடம் வராமலிருக்க என்னையே கடிவாளமிடப் பிரயத்தனப் பட்டுக்கொண்டிருககிறேன். ஆனால் இன்றைக்கு எனக்கு நீ முழுமையாய் வேண்டும். காட்டுமல்லியைப் போல நீ என் இண்டு

இடுக்குகளில் எல்லாம் படர்ந்து சுற்றிக்கொள்."

"நீ யார்?" மன்னரிடம் கேட்ட நான், அவர் முன்னால் நின்று என் கச்சையை விலக்கி முலைகளைக் காட்டினேன்.

"இந்த முலைப்பாலின் ருசியை நீ மறந்துவிட்டாயா? உன்னுடைய ஆறு வயதில் கசப்பு மருந்து தடவி மறக்கடித்த முலைப்பாலின் ருசி உனக்கு நினைவிருக்கிறதா?" பொங்கிய அழுகையைக் கட்டுப்படுத்திக் கொண்டு நான் தொடர்ந்தேன். "உன் வாழ்வில் நேர்ந்த அந்த முதல் நம்பிக்கை துரோகம், என்னால் நிகழ்த்தப்பட்டதில் நான் எவ்வளவு துக்கப்பட்டேன் என்பது உனக்குத் தெரியுமா?"

"சர்மிஷ்ட்டா" - யயாதியின் கைகள் என் தோள்களுக்கு நீண்டது.

பின்வாங்கியபடி நான் உரக்க சொன்னேன், "போடா, உனக்கு நான் வேண்டும் அப்படித்தானே? புத்தி பேதலித்துப் பாவம் செய்ய முயலாதே. இதற்குத்தானா உன் வளர்ச்சியை நொடிநொடியாய்ப் பார்த்துப் பரவசப்பட்டுக் காத்திருந்தேன்?"

"நீ என்ன புலம்புகிறாய்?" யயாதி கேட்டார்.

அவர் என்னை முத்தமிட நெருங்கிவந்தபோது நான் கன்னத்தில் அறைந்தே விட்டேன்.

"இனி நீ என் கால் தொட்டு வணங்கி நல்ல பிள்ளையாய் திரும்பிப்போக வேண்டியவன், போ.... போய்விடு."

□

கூக்குரல்

நான் குத்புதின் அன்சாரி. வயது 29. தையல்காரன். அம்மா, மனைவி, மூன்று வயதுள்ள மகள் எனச் சுருங்கியிருக்கும் என் குடும்பம் அகமதாபாத் பாபு நகர் காலனியில் வாழ்கிறது. உங்களுக்கு என்னைத் தெரியும். நான் காற்றின் தொடக்க காலமான ஜனவரியில் பாபு நகரில் மிகவும் உயரமான கட்டடத்தின் மேலே ஏறிப் பட்டம் விட்டவன்.

கடையை மூடிவிட்டு இரவில் வீட்டுக்குப் போகும்போது காசிருந்தால் என் மகளுக்கு மிகவும் பிடித்தமான பாஸிலாலின் பட்டர் ஸ்காட்ச் ஐஸ்கிரீம் வாங்குவேன். சில நேரங்களில் அமைதியாய் இருக்க வேண்டும் என்று தோன்றினால், எல்லீஸ் பாலத்தின் மேலே ஏறி நின்று நீருடனோ அல்லது நீரற்று வெறுமையோடோ இருக்கிற சபர்மதி ஆற்றைப் பார்த்துக் கொண்டிருப்பேன். நான் பார்க்கப் பார்க்க வளர்ந்த பாபுநகரின் சில பெண்பிள்ளைகள் தங்களின் திருமணத் துணி தைக்க வரும்போது, அதன் தொடர்ச்சியாக மனதில் எழும் இன்ப அலைகளை, நான் ரிலீப் ரோட்டில் பரப்பியிருக்கும் கடைகளிலிருந்து சிவப்புக் கண்ணாடி வளையல்கள் வாங்கி, எங்களின் ஒரே அறையைக் கொண்ட வீட்டில் மிகவும் ரகசியம் காக்கும் கொசுவலைக்குள் என் மனைவியின் கைகளில் அணிவித்து மகிழ்வேன்.

மாதத் தவணையில் 14 இன்ச் டி.வி வாங்கியபோது நான் ஏலக்காய் டீ போடுவதையும் கற்றுக் கொண்டேன். க்யோம்கி, சால்பி, கட் பஹூதி போன்ற சீரியல்கள் பார்த்துக்கொண்டிருக்கும்போது அம்மாவும், மனைவியும் நான் தயாரித்த டீயை நன்றி கூடச் சொல்லாமல் வாங்கிக் குடித்தது எனக்குச் சிரிப்பை வரவழைத்தது. என் அம்மாவுக்கு சினிமா பார்ப்பதைவிட அதிகமான பிரியம் வெளியே சென்று தின்பண்டங்கள் வாங்கித் தின்பதில்தான் இருந்தது. வழியோரக் கடைகளில் கபாபும், கறிகுருமாவும், வறுத்த கறியும், சங்கல்ப் ரெஸ்டாரண்டில் கொண்டு வந்து வைக்கும் ஃபேமலி ரோஸ்டைப்பார்த்து என்

மகள் கைகொட்டிச் சிரித்து உண்பதும், கோபி டைனிங் ஹாலில் தயிர் சேர்த்து செய்த திண்பண்டமும், கத்தரிக்காய், வள்ளிக்கிழங்கு, உருளைக்கிழங்கு எல்லாம் சேர்த்து செய்த உந்தியாவுமாக சுத்த வைஷ்ணவ குஜராத்தி பட்சணமும் அம்மாவைச் சந்தோஷப்படுத்தும். மாதத்தில் ஒருமுறையாவது இந்தச் சந்தோஷத்தை அம்மாவுக்குக் கொடுக்க சீரியல்கள் இல்லாத மாலைகளில் ஆட்டோ வைத்துக்கொண்டு போவோம்.

ஆனால் நான் குத்புதின் அன்சாரி, வருங்காலத்தின் ஒரு நினைவுச்சின்னமானேன். டில்லிக்கு இந்தியா கேட் போல, ஜெய்ப்பூருக்கு ஹவா மஹால் போல, கல்கத்தாவின் ஹௌரா ப்ரிட்ஜ் போல, பம்பாய்க்கு கேட் வே ஆப் இந்தியா போல அகமதாபாத்திற்கு ஒரு சின்னமில்லாமல் இருந்தது. காந்தியின் சபர்மதி ஆஸ்ரமம் அகமதாபாத்தின் சின்னமாகாமல் போனதற்கு அது அவ்வளவு எடுப்பாக இல்லாமல் இருந்ததே காரணம். சின்னம் பிரதானமானது. சின்னமில்லாத நகரங்களுக்கு முகமில்லை.

சித்திக் சையத்தின் மசூதியில் கல்லில் செதுக்கி வைத்த மரத் துண்டுகளுடன் கலந்து கிடக்கும் மர உருவம் ஐ.ஐ.எம் அகமதாபாத்தின் நினைவாகப்போனது. குறிப்பிட்டு எதுவும் சொல்ல முடியாமல் அடையாளம் காணமுடியாமல் போன நாட்களில்தான் நான் அதைச் செய்தேன்.

2002ம் வருடம் எப்போதும் இல்லாத காற்றையும் சேர்த்து தான் தொடங்கியது. வடக்கு கிழக்காக அடித்த காற்று என் வீட்டுக்குப்பக்கத்தில் இருக்கும் தூங்கு மூஞ்சி மரத்தை அதிகமாக சப்தமிட வைத்தபோது இந்த வருடம் பட்டம் விட மிகவும் தோதாக இருக்குமென நான் நினைத்தேன்.

நான் பாய்சந்தைப் பார்க்கப் போனேன். பள்ளியில் என்னுடன் ஒன்றாய் படித்தவனும், ரெயில்வேயில் வேலை செய்பவனுமாகிய பாய்சந்த்தான் எங்களுடைய ஏரியாவில் மிகவும் உயரமாகப் பட்டம் விடும் ஆள். நான் பாயிடம் ளஇம்முறை தைமாத சங்கராந்தியில் உன்னைத் தோற்கடிப்பேன்஀ எனச் சொல்லியிருந்தேன். அவன் என் முதுகில் தட்டியபடி

சொன்ன சரி செய் என்ற வார்த்தைகள் என்னை குளுமையாக்கவேயில்லை.

அன்றே நான் அயூப் பதங்கவாலாவின் கடைக்குப் போய் பிரம்பில் ஒட்ட வைத்து செய்த மூன்று பட்டங்களும் நூலும் வாங்கினேன். அதற்குப் பிறகுதான் அம்மாவின் வேலை தொடங்கியது.

பழைய பாட்டில்கள் விற்கும் கடையிலிருந்து பாட்டில்கள் வாங்கி அம்மாவிடம் உடைத்துக்கொடுத்தேன். நான் தைத்துக் கொடுத்த கனமான கை உறைகளை போட்டுக்கொண்டு அம்மா கண்ணாடிச் சில்லுகளை வெற்றிலை இடிக்கும் சின்ன உரலில் போட்டுத் தூளாக்கினாள். அரைத்த கண்ணாடித்தூள்களைப் பசையுடன் கலந்து பட்டத்தின் நூலில் தடவிக் காய வைத்தேன்.

தைமாதச் சங்கராந்தி தினத்தன்று வானத்தில் இடமே இல்லாமல் போனது. பல வண்ணத்தில் பறந்த பட்டங்களின் கூட்டத்தால் என்னுடைய பக்கத்து வீட்டுக்காரனான கபூத் பாஜ் அசன் ஷேக்கின் வீட்டுப்புறாக்கள் அன்று கூட்டிலேயே முடங்கிக் கிடந்தன.

என்னை மற்றவர்களிடமிருந்தும் வித்தியாசப்படுத்திக் காண்பிக்கும் இளம் பச்சை நிறக்கண்களைக் கொண்டு வானத்தின் மேலே வாயு மண்டலத்தில் சுழலும் காற்றின் ஆதியைத் தேடிக் கொண்டிருந்தேன். சட்டென ஆகாயத்தில் நான் பார்த்த ஒரு பருந்தின் கறுப்புப்பொட்டு, பட்டக்கயிற்றை ஒரு முறை உலுக்கிவிட்டது. என் பட்டம் பருந்தைத் தாங்கி நிற்கும் வாயுவின் சுழலுக்குள் நகர்ந்தது. பிறகு அது தானாகவே உயரே போகத் தொடங்கியது. மனசு நிராதரவாய்ப் போக ஆரம்பித்தது. உயரத்தின் நடுக்கம் என்னைப் பாதிக்க ஆரம்பித்த போது நான் நூலைத் தளர்த்திப் பட்டத்தை லேசாக்கினேன். அன்றைக்கு எங்கள் ஏரியாவில் மிக அதிக உயரத்தில் பட்டம் விட்டவன் நானாகத்தான் இருந்தேன்.

நான் பட்டத்தைக் கீழே இறக்கினேன். இனிதான் சண்டையே தொடங்கும். முதலில் நான் கிழித்து எறிந்தது பாய்சந்தின் பட்டத்தைத்தான். கண்ணாடிப்பசை பூசிய என்

பட்டக்கயிற்றில் வெயில் பட்டபோது வாளின் அலகுபோல ஜொலித்தது. நான் மைதானத்தில் ஓடிக்கொண்டே போய் பல பட்டங்களின் கயிற்றையும் அறுத்தெறிந்தேன். அப்போது தான் பிந்தியா என் சட்டையைப் பின்னால் பிடித்து இழுத்தபடி சொன்னாள்.

பர்ஜி சாச்சா என் பட்டத்தை அறுக்க வேணாம்.

பிந்தியா பிறந்தபோது அவளுக்குப் பெரியபின் போட்டுக் குத்தப்பட்ட நாப்கினைத் தைத்துக்கொடுத்தது நான்தான். பிறகு சின்ன கவுன்கள், ஃப்ராக்குகள், இப்போது பாவாடை சட்டையும் கூட. என் அளவுகள் குறிக்கும் புத்தகங்களினூடாக அவள் வளர்ந்து வளர்ந்து இதோ பன்னிரெண்டு வயதில் நிற்கிறாள்.

நான் அறுப்பேன். போட்டிக்கு வரலேன்னா நீ ஏன் மைதானத்துக்குப் பட்டத்தை எடுத்திட்டு வர்றே.

நான் கேட்டபோது பிந்தியா எனக்குப் பட்டத்தின் கதையைச் சொன்னாள். பட்டமென்றால் பெண் குழந்தைகளுக்கு காதலன். ஆண் குழந்தைகளுக்குக் காதலி. கயிறுதான் அவர்களின் காதல். அது அறுத்தெறியப்படும்போது காதல் உடைபடுகிறது. கயிறு அறுந்த பட்டத்தை மீண்டும் மீட்டு எடுக்கும்போது அது புனர்ஜென்மம். அதனால் பிந்தியா என்னிடம் சொன்னாள்.

பர்ஜி சாச்சா ஒருபோதும் என்னுடைய கயிற்றை அறுத்தெறிய வேண்டாம்.

நான் சிரித்தேன். அவள் திரும்பவும் சிரித்தபோது உதட்டுக்குப் பக்கத்தில் விழுந்த குழிகள் பொய்யாய்க் கவலைப்பட்டத்தையும் பார்த்தேன்.

வீட்டுக்கு திரும்பி வரும்போது என்னைச் சுற்றியும் மகர ராசியில் காதலும் காமமும், மீண்டும் பல நாட்களுக்குப் பிறகு சந்திக்கும் சந்திப்புகளுமாய் தொடர்ந்த வண்ணம் இருந்தது.

என்னுடைய பக்கத்து வீட்டுக்காரனான அசன் ஷேக் மொட்டை மாடியிலிருக்கும் தனி அறையில் புறாக்களுக்கிடையில் தங்கியிருந்தார்.. கீழ்ப்போர்ஷனில் வாடகைக்கிருப்பவர்கள் தரும் பணத்தை வைத்துக் கொண்டு ஷேக் புறாக்களுக்குத் தீனி

வாங்கிப் போட்டுக் கொண்டிருந்தார். நடுவில் ஆக்ராவிலோ, டெல்லியிலோ போய் சிக்கந்தரி, காபூளி போன்ற உயர் ஜாதிப்புறாக்களை வாங்குவார்.

அசன் கைதட்டினால் புறாக்கள் மாடியின் பல பாகங்களுக்கும் பறந்து வானத்தில் போய் ஒன்றாய்க் குழுமி தூரமாய்ப் பறந்து விமானம் திரும்புவதுபோல சாய்ந்து சாய்ந்து திரும்பி மீண்டும் வளைந்து மாடிக்கு வந்து சேரும். லாவகமாகச் சுழன்று ஆடும் நர்த்தகியின் உடை வட்டமிடுவது போல அப்புறாக்கள் ஒரு முறை சுழன்று தான் மாடியில் இறங்கும். புறாக்களின் சிறகசைப்பும், உடல் குலுக்கமும், பொட்டுப் பொட்டாய் கண்சிமிட்டி வீட்டிற்குத் திரும்பி வருவதன் சந்தோஷமும் பார்த்து என் மகள் எப்போதும் கைதட்டிச் சிரிப்பாள். அவள் கைகளில் அமர்ந்து மட்டுமே தீனியைக் கொத்தும் அனுமதியைப் புறாக்களுக்கு அசன் ஷேக் கொடுத்திருந்தார்.

ஃபெப்ரவரியிலேயே அடைகாத்து உட்கார்ந்த புறாக்கள் ஏதோ நடக்கப் போவதை முன் கூட்டியே தெரிவித்ததாய் அசன ஷேக் சொன்னார். புறாக்கள் எத்தனைமுறை கை தட்டினாலும் வெளியே பறந்துபோக மறுக்கின்றன. ஏதோ நடக்கப்போகிறது.

அன்றே கோதுமைமாவும், கடலைமாவும், பருப்பும், உருளைக்கிழங்கும் சேகரிக்க ஆரம்பித்துவிட்டேன். கேஸ் சிலிண்டர்கள் மட்டும் கிடைக்கவில்லை. என்னுடைய பதட்டத்தைப் பார்த்து அம்மாகூடத் திட்டினாள்.

நீ என்ன பைத்தியக்காரத்தனமாக என்னென்னவோ செய்யறே. இது விலை அதிகமாயிருக்கும் காலம். இப்போ போய் எல்லாத்தையும் வாங்கி வெக்கிறயே. அகமதாபாதிகளும் குஜராத்திகளும் கருணை உள்ளவர்கள். சைவர்கள் பாபுஜியின் ஆட்கள். ஒரு எறும்பைக்கூட நோகடிக்காமல், ஜீவராசிகள் ஏதாவது இருக்குமா என்று தரையையேப் பார்த்து நடக்கும் ஜைனர்கள். அவங்க கடவுள் யாரு? பகவான் ரஞ்ஜோத். யுத்தத்தில் பங்கு கொள்ள மறுத்த பகவான் ஸ்ரீ கிருஷ்ணர். அந்தப் பைத்தியக்காரன் பொண்டாட்டி புள்ள இல்லாத புறா வளக்கிறவன் ஏதோ சொன்னான்னு ஏன் இப்படியெல்லாம் நடந்துக்கறது..

அம்மா சொன்னது சரிதானென்று எனக்குத் தோன்றிய ஒருநாள் இரவுதான் பாய்சந்த் என் வீட்டுக் கதவைத் தட்டினான்.

ளகுத்புதின்... பாய்சந்தால் மூச்சுவிட முடியவில்லை.

ளநான் வேலையை முடிச்சிட்டு ரயில்வே ஸ்டேஷனிலிருந்து நேரா இங்க வரேன். பரோடாவுக்குப் பக்கத்தில் கோத்ரா ஸ்டேஷனுக்கு வெளியே போகி கொளுத்தறாங்க. குத்புதின், நம்ம கிளாசில படிச்சாளே சாந்திபென், எப்பவும் கணக்கில ஃபஸ்டா வருவாளேடா அவளும், அவ புருஷன் கொழந்தை எல்லாம் செத்திட்டாங்க. டவுன்ல மைக் வைச்சிட்டாங்க. அயோத்தியிலிருந்து திரும்பி வந்து கொண்டிருந்த சாந்தி பென்னைப்போன்ற ராம பக்தர்களைக் கொன்று கோத்ரா அவுட்டாரில் குடியிருக்கும் உன் மதத்துக்காரர்களுக்கு எதிராக..... எனக்குப் பயமாக இருக்கிறது......

அசன் ஷேக்கின் புறாக்கள் சொன்னது சரி.

ளநான் வரும் வழியிலேயே விரேன் ஷாவின் டாடா சுமோவை புக் பண்ணிட்டேன். நானும் ஆஷாவும் குழந்தைகளும் உதய்பூரில் இருக்கும் அண்ணன் வீட்டுக்குப் போகப்போறோம். குத்புதின் நீ என்ன செய்யப்போற? இங்கேயிருந்து கிளம்பிடு. இதைச் சொல்லத்தான் நான் இப்ப ஓடிவந்தேன். வரேன் பார்க்கலாம்ு.

நான் ரொம்ப நாட்களுக்குப்பிறகு அம்மாவின் முகத்தில் பயம் படருவதை உணர்ந்தேன். அன்றைய இரவு என் மகளைத் தவிர யாரும் தூங்கவில்லை. மறுநாள் காலையிலும் நான் வாசல் கதவையோ ஜன்னலையோ திறக்கவில்லை. அவசரப்பட்ட மகளுக்காக நான் பின் கதவைத் திறந்து கொடுத்தேன். அங்கே அவள் மண்ணை வாரி விளையாடத் தொடங்கினாள். சிறிது நேரத்தில் ஏதோ சப்தம் கேட்டதை உணர்ந்தவுடனேயே நான் காதைக் கூர்மையாக்கினேன். என் மகள் ஒரு புறாவைப் பிடித்தபடி உள்ளே வந்தாள்.

புறா அழகாயிருக்கு இல்லப்பா

அவள் என் கையில் கொடுத்த புறா, கழுத்து முறிந்து இறந்து கிடந்தது. நான் அதை வெளியே எறிந்தபடி பார்த்தபோது அசன் ஷேக்கின் உரத்த குரல் கேட்டது.

அய்யோ என் புறாக்கள்

திடுக்கிட்டுத் திரும்பியபோது கலகக்காரர்கள் பெட்ரோல் ஊற்றித் தீ வைத்த அசன் ஷேக்கைத்தான் நான் பார்த்தேன். பிறகு அவர்கள் என் வீட்டிற்கே வந்துவிட்டார்கள். அவர்கள் என் வீட்டைச் சுற்றியும் மண்ணெண்ணெய் ஊற்றித் தீ வைத்தார்கள். மூடி பிடுங்கப்பட்ட சிலிண்டர்களைத் தீயில் எறிந்தபோது அதில் என் அம்மாவும் மனைவியும் மகளும் மூலைக்கொருவராய்ச் சிதறிப்போனார்கள். எப்படி என்றே தெரியாமல் பின் வாசல் வழியாக ஓடிப்போனேன். வெளியே வந்தபோது மண்ணெண்ணெய் பாட்டில்களும், பெட்ரோல் கேன்களும், வாட்களும், கோடாலிகளுமாக என்னைச் சுற்றி நின்றவர்கள் நம்மைப் போலவே மனிதர்களாக இருந்தார்கள். அவர்களின் இடுப்பின் பருமன் என்னுடைய அளவுக் குறிப்பேட்டில் பதிவாயிருந்தது. நான் தைத்துக்கொடுத்த உடைகள் அணிந்த பெண்கள் என்னுடைய மனைவியை வைத்துக்கொண்டு கோன் கியோம் கீ சாஸ்பீ கபி பஹீதி எனச் சண்டையிட்டுக் கொண்டிருந்தார்கள். நான் அடையாளம் கண்டு பிடிக்க முடியாத ஆட்கள் வாட்களும், சூலங்களும், போர்டுகளுமாகக் காட்சியளித்தார்கள். அவர்கள் கையிலிருந்த போர்டுகள் சொன்னது:

முஸ்லீம்களின் கடைகளிலிருந்து எதையும் வாங்காதே.

நான் என்னுடைய பச்சைக்கண்களுக்கு நடுவில், பிரியத்தை இழுத்துப் பூட்டி விட்டு கருங்கல் சீழ்பிடித்து நிற்கும் பிந்தியாவைப் பார்த்தேன். அவளுடைய அம்மாவின் கையில் அரிவாள் இருந்தது. நான் அங்கே குழுமியிருக்கும் ரேபிட் ஆக்ஷன் ஃபோர்ஸ் காரர்களிடம் என்னைக் காப்பாற்றுமாறு கெஞ்சினேன். அப்போதுதான் ஒரு துப்பாக்கியின் ஸேப்டி காட்ச் மாற்றும் சப்தம் கேட்டது. சட்டென நான் திரும்பிப் பார்த்தபோது ஒரு தங்க முடியுள்ள வெள்ளைக்காரன்

கேமராவை கிளிக் செய்வதை கவனிக்க முடிந்தது.

ம்... பிறகு நடந்ததை நீங்கள் பத்திரிகையில் பார்த்திருப்பீர்கள். குத்புதின் அன்சாரியையும் குடும்பத்தையும் வெறித் தாக்குதலோடு சுற்றி வளைத்திருந்தார்கள். அன்சாரி போலீஸ்காரர்களிடமும் ராய்ட்டர்காரர்களிடமும் தன்னுடைய உயிரையும் தன் குடும்பத்தினுடைய உயிரையும் காப்பாற்றும்படி கெஞ்சினான். மாலை ஆறு மணிவரை நீண்டு கொண்டிருந்த இந்த அக்னிப்பரீட்சை முடிவுக்கு வந்தது மிலிட்டரி வந்தபோதுதான். மிலிட்டரிக்காரர்கள் அவர்களுடைய ட்ரக்கில் என்னை ஏற்றிக்கொண்டு என் வீட்டிற்குப் போனார்கள். இடிபாடுகளுக்கிடையில் என் அம்மாவையும், மனைவியையும், மகளையும் கண்டுபிடித்தார்கள். எங்களை ஸஷா அலம்□ முகாமில் கொண்டுபோய்விட்டார்கள்.

ராய்ட்டரின் ஆட்களான புகைப்படக்காரர் எடுத்த என் படம் மறுநாள் பத்திரிகையில் வந்தது. பார்வை நிலைக்காமல் அலைபாய்ந்த என் கண்ணின் பச்சை நிறம் இருண்டு போக, நிறைந்த கண்ணீருமாய், ஈரமான பத்திரிகைத்தாளில் உறைந்து போன என் கூக்குரலும், கை கூப்பியவாறு நான் கேட்கும் மன்னிப்பும், சமீபித்திருக்கும் மரணத்தை உங்களுக்கு தத்ரூபமாக்கியிருக்கும்.

நான் அகமதாபாத்தின் சின்னமானேன்.

நான் சின்னமான சாலையின் இருபுறமும் பிணங்கள் கிடந்தன. உயரமான கட்டிடங்கள் எரிவதால் வானத்தில் கரும்புகை படர்ந்திருந்தது. அவற்றின் இடையிலாக நான் இதுவரை காணாத பருந்துக்கூட்டங்களைப் பார்த்தேன். வழி நெடுகிலும் பள்ளிக்குழந்தைகளின் பாதி எரிந்த சிவப்பு ரிப்பன்கள் கிடந்தன. பெண்களின் ரத்தம் தோய்ந்த உள்ளாடைகள். கிழித்தெறியப்பட்டப் பாடப்புத்தகங்கள். உடைந்த கண்ணாடி வளையல்கள். பாதி எரிந்த குடும்ப ஃபோட்டோ ஆல்பங்கள். சுவர்களில் முஸ்லீம்களின் கடைகளை நிராகரிக்கச் சொல்லும் விளம்பரங்கள். தலைபோன பொம்மைகள், வின் ஸ்கிரீன் உடைந்து பாதி எரிந்த கார்கள். தீ அணைந்து தீராத சைக்கிள்

ரிக்ஷாக்களின் குவியல்கள், திறந்த வயிற்றிலிருந்து உருவின குடல்போல வெளியே இழுத்தெறியப்பட்ட அனுமல்லிக்கினுடையதும், பங்கஜ் உத்தாஸினுடையதும் ஆடியோ கேசட்டுகள். அதிகம் அடி வாங்கிக் கொடுத்த மார்க் குறைந்த ரேங்க் கார்டுகள், பட்டங்கள், கிழிந்த பட்டங்கள்... மிதித்து நசுக்கப்பட்ட பட்டங்கள்... கயிறு அறுந்த பட்டங்கள்...

நான் பட்டங்களைப் பார்ப்பதில்லை என்று தீர்மானித்தாலும் அவை எல்லா இடங்களிலும் தென்பட்டது. அம்மா அடிக்கடி சொல்வதை யோசித்துப் பார்த்தேன். நீ அன்சாரி, மோமின், தையல்காரன், ஒருபோதும் உன் கைகளால் நூல் அறுக்கப்படக்கூடாது..

ராய்ட்டரின் புகைப்படக்காரர் நூலறுந்த நகரத்தின் பதிவாய் என்னை ஆக்கியிருந்தார். மறுவாழ்வு இல்லத்தின் பெண்கள் பகுதியில் தனியாய் வாழும் என் குடும்பத்தை நான் பார்க்கவில்லை. நான் இரவு பகலாய் நடந்தேன். எதை எதிர்ப்பார்த்தென்று தெரியாமல் நடந்தேன். என் யாத்திரைக்கிடையில் மண்ணில் ஏதோ மின்னுவதை உணர்ந்தேன். அது ஒரு உடைந்த கண்ணாடித்துண்டாக இருந்தது. அதன் மேலே ஸ்டிக்கர் பொட்டு ஒட்டியிருந்தது.

நான் என்னுடைய முகத்தைப் பார்த்து ஐந்தாறு நாட்களாகியிருந்தது. முகத்தில் சின்ன சின்னதாய் ரோமங்கள் படர்ந்திருந்தன. கண்களில் முழுமையாக பயம் போகவில்லை. நான் மறந்து போன ஒரு விஷயத்தைச் செய்ய வேண்டும் போல இருந்தது. அது சிரிப்பு. எத்தனை முறை முயன்றபோதும் முகம் விகாரமானதேயல்லாமல் சிரிக்க முடியவில்லை. பக்கவாதக்காரனை உருவி விடுவதுபோல என் கன்னத்தையும் வாயைச்சுற்றியும் அழுத்திவிட்டேன். அப்போதும் கூட என் பிரதிபிம்பம் சிரிக்கவில்லை. என் முகத்தின் ரத்த நாளங்கள் தளர்ந்து கிடந்தன.

கூக்குரல்

நான் குத்புதின் அன்சாரி. வயது 29. தையல்காரன். அம்மா, மனைவி, மூன்று வயதுள்ள மகள் எனச் சுருங்கியிருக்கும் என் குடும்பம் அகமதாபாத் பாபு நகர் காலனியில் வாழ்கிறது. உங்களுக்கு என்னைத் தெரியும். நான் காற்றின் தொடக்க காலமான ஜனவரியில் பாபு நகரில் மிகவும் உயரமான கட்டடத்தின் மேலே ஏறிப் பட்டம் விட்டவன்.

கடையை மூடிவிட்டு இரவில் வீட்டுக்குப் போகும்போது காசிருந்தால் என் மகளுக்கு மிகவும் பிடித்தமான பாஸிலாலின் பட்டர் ஸ்காட்ச் ஐஸ்கிரீம் வாங்குவேன். சில நேரங்களில் அமைதியாய் இருக்க வேண்டும் என்று தோன்றினால், எல்லீஸ் பாலத்தின் மேலே ஏறி நின்று நீருடனோ அல்லது நீரற்று வெறுமையோடோ இருக்கிற சபர்மதி ஆற்றைப் பார்த்துக் கொண்டிருப்பேன். நான் பார்க்கப் பார்க்க வளர்ந்த பாபுநகரின் சில பெண்பிள்ளைகள் தங்களின் திருமணத் துணி தைக்க வரும்போது, அதன் தொடர்ச்சியாக மனதில் எழும் இன்ப அலைகளை, நான் ரிலீப் ரோட்டில் பரப்பியிருக்கும் கடைகளிலிருந்து சிவப்புக் கண்ணாடி வளையல்கள் வாங்கி, எங்களின் ஒரே அறையைக் கொண்ட வீட்டில் மிகவும் ரகசியம் காக்கும் கொசுவலைக்குள் என் மனைவியின் கைகளில் அணிவித்து மகிழ்வேன்.

மாதத் தவணையில் 14 இன்ச் டி.வி வாங்கியபோது நான் ஏலக்காய் டீ போடுவதையும் கற்றுக் கொண்டேன். க்யோம்கி, சால்பி, கட் பஹீதி போன்ற சீரியல்கள் பார்த்துக்கொண்டிருக்கும்போது அம்மாவும், மனைவியும் நான் தயாரித்த டீயை நன்றி கூடச் சொல்லாமல் வாங்கிக் குடித்தது எனக்குச் சிரிப்பை வரவழைத்தது. என் அம்மாவுக்கு சினிமா பார்ப்பதைவிட அதிகமான பிரியம் வெளியே சென்று தின்பண்டங்கள் வாங்கித் தின்பதில்தான் இருந்தது. வழியோரக் கடைகளில் கபாபும்,

கறிகுருமாவும், வறுத்த கறியும், சங்கல்ப் ரெஸ்டாரண்டில் கொண்டு வந்து வைக்கும் ஃபேமலி ரோஸ்டைப்பார்த்து என் மகள் கைகொட்டிச் சிரித்து உண்பதும், கோபி டைனிங் ஹாலில் தயிர் சேர்த்து செய்த திண்பண்டமும், கத்தரிக்காய், வள்ளிக்கிழங்கு, உருளைக்கிழங்கு எல்லாம் சேர்த்து செய்த உந்தியாவுமாக சுத்த வைஷ்ணவ குஜராத்தி பட்சணமும் அம்மாவைச் சந்தோஷப்படுத்தும். மாதத்தில் ஒருமுறையாவது இந்தச் சந்தோஷத்தை அம்மாவுக்குக் கொடுக்க சீரியல்கள் இல்லாத மாலைகளில் ஆட்டோ வைத்துக்கொண்டு போவோம்.

ஆனால் நான் குத்புதின் அன்சாரி, வருங்காலத்தின் ஒரு நினைவுச்சின்னமானேன். டில்லிக்கு இந்தியா கேட் போல, ஜெய்ப்பூருக்கு ஹவா மஹால் போல, கல்கத்தாவின் ஹௌரா ப்ரிட்ஜ் போல, பம்பாய்க்கு கேட் வே ஆப் இந்தியா போல அகமதாபாத்திற்கு ஒரு சின்னமில்லாமல் இருந்தது. காந்தியின் சபர்மதி ஆஸ்ரமம் அகமதாபாத்தின் சின்னமாகாமல் போனதற்கு அது அவ்வளவு எடுப்பாக இல்லாமல் இருந்ததே காரணம். சின்னம் பிரதானமானது. சின்னமில்லாத நகரங்களுக்கு முகமில்லை.

சித்திக் சையத்தின் மசூதியில் கல்லில் செதுக்கி வைத்த மரத் துண்டுகளுடன் கலந்து கிடக்கும் மர உருவம் ஐ.ஐ.எம் அகமதாபாத்தின் நினைவாகப்போனது. குறிப்பிட்டு எதுவும் சொல்ல முடியாமல் அடையாளம் காணமுடியாமல் போன நாட்களில்தான் நான் அதைச் செய்தேன்.

2002ம் வருடம் எப்போதும் இல்லாத காற்றையும் சேர்த்து தான் தொடங்கியது. வடக்கு கிழக்காக அடித்த காற்று என் வீட்டுக்குப்பக்கத்தில் இருக்கும் தூங்கு மூஞ்சி மரத்தை அதிகமாக சப்தமிட வைத்தபோது இந்த வருடம் பட்டம் விட மிகவும் தோதாக இருக்குமென நான் நினைத்தேன்.

நான் பாய்சந்தைப் பார்க்கப் போனேன். பள்ளியில் என்னுடன் ஒன்றாய் படித்தவனும், ரெயில்வேயில் வேலை செய்பவனுமாகிய பாய்சந்த்தான் எங்களுடைய ஏரியாவில் மிகவும் உயரமாகப் பட்டம் விடும் ஆள். நான் பாயிடம்

ளஇம்முறை தைமாத சங்கராந்தியில் உன்னைத் தோற்கடிப்பேன்ா எனச் சொல்லியிருந்தேன். அவன் என் முதுகில் தட்டியபடி சொன்ன ளசரி செய்ா என்ற வார்த்தைகள் என்னை குளுமையாக்கவேயில்லை.

அன்றே நான் அயூப் பதங்கவாலாவின் கடைக்குப் போய் பிரம்பில் ஒட்ட வைத்து செய்த மூன்று பட்டங்களும் நூலும் வாங்கினேன். அதற்குப் பிறகுதான் அம்மாவின் வேலை தொடங்கியது.

பழைய பாட்டில்கள் விற்கும் கடையிலிருந்து பாட்டில்கள் வாங்கி அம்மாவிடம் உடைத்துக்கொடுத்தேன். நான் தைத்துக் கொடுத்த கனமான கை உறைகளை போட்டுக்கொண்டு அம்மா கண்ணாடிச் சில்லுகளை வெற்றிலை இடிக்கும் சின்ன உரலில் போட்டுத் தூளாக்கினாள். அரைத்த கண்ணாடித்தூள்களைப் பசையுடன் கலந்து பட்டத்தின் நூலில் தடவிக் காய வைத்தேன்.

தைமாதச் சங்கராந்தி தினத்தன்று வானத்தில் இடமே இல்லாமல் போனது. பல வண்ணத்தில் பறந்த பட்டங்களின் கூட்டத்தால் என்னுடைய பக்கத்து வீட்டுக்காரனான கபூத் பாஜ் அசன் ஷேக்கின் வீட்டுப்புறாக்கள் அன்று கூட்டிலேயே முடங்கிக் கிடந்தன.

என்னை மற்றவர்களிடமிருந்தும் வித்தியாசப்படுத்திக் காண்பிக்கும் இளம் பச்சை நிறக்கண்களைக் கொண்டு வானத்தின் மேலே வாயு மண்டலத்தில் சுழலும் காற்றின் ஆதியைத் தேடிக் கொண்டிருந்தேன். சட்டென ஆகாயத்தில் நான் பார்த்த ஒரு பருந்தின் கறுப்புப்பொட்டு, பட்டக்கயிற்றை ஒரு முறை உலுக்கிவிட்டது. என் பட்டம் பருந்தைத் தாங்கி நிற்கும் வாயுவின் சுழலுக்குள் நகர்ந்தது. பிறகு அது தானாகவே உயரே போகத் தொடங்கியது. மனசு நிராதரவாய்ப் போக ஆரம்பித்தது. உயரத்தின் நடுக்கம் என்னைப் பாதிக்க ஆரம்பித்த போது நான் நூலைத் தளர்த்திப் பட்டத்தை லேசாக்கினேன். அன்றைக்கு எங்கள் ஏரியாவில் மிக அதிக உயரத்தில் பட்டம் விட்டவன் நானாகத்தான் இருந்தேன்.

நான் பட்டத்தைக் கீழே இறக்கினேன். இனிதான்

சண்டையே தொடங்கும். முதலில் நான் கிழித்து எறிந்தது பாய்சந்தின் பட்டத்தைத்தான். கண்ணாடிப்பசை பூசிய என் பட்டக்கயிற்றில் வெயில் பட்டபோது வாளின் அலகுபோல ஜொலித்தது. நான் மைதானத்தில் ஓடிக்கொண்டே போய் பல பட்டங்களின் கயிற்றையும் அறுத்தெறிந்தேன். அப்போது தான் பிந்தியா என் சட்டையைப் பின்னால் பிடித்து இழுத்தபடி சொன்னாள்.

ளபர்ஜி சாச்சா என் பட்டத்தை அறுக்க வேணாம்.ு

பிந்தியா பிறந்தபோது அவளுக்குப் பெரியபின் போட்டுக் குத்தப்பட்ட நாப்கினைத் தைத்துக்கொடுத்தது நான்தான். பிறகு சின்ன கவுன்கள், ஃப்ராக்குகள், இப்போது பாவாடை சட்டையும் கூட. என் அளவுகள் குறிக்கும் புத்தகங்களினூடாக அவள் வளர்ந்து வளர்ந்து இதோ பன்னிரெண்டு வயதில் நிற்கிறாள்.

ளநான் அறுப்பேன். போட்டிக்கு வரலேன்னா நீ ஏன் மைதானத்துக்குப் பட்டத்தை எடுத்திட்டு வர்றேு.

நான் கேட்டபோது பிந்தியா எனக்குப் பட்டத்தின் கதையைச் சொன்னாள். பட்டமென்றால் பெண் குழந்தைகளுக்கு காதலன். ஆண் குழந்தைகளுக்குக் காதலி. கயிறுதான் அவர்களின் காதல். அது அறுத்தெறியப்படும்போது காதல் உடைபடுகிறது. கயிறு அறுந்த பட்டத்தை மீண்டும் மீட்டு எடுக்கும்போது அது புனர்ஜென்மம். அதனால் பிந்தியா என்னிடம் சொன்னாள்.

ளபர்ஜி சாச்சா ஒருபோதும் என்னுடைய கயிற்றை அறுத்தெறிய வேண்டாம்ு

நான் சிரித்தேன். அவள் திரும்பவும் சிரித்தபோது உதட்டுக்குப் பக்கத்தில் விழுந்த குழிகள் பொய்யாய்க் கவலைப்பட்டத்தையும் பார்த்தேன்.

வீட்டுக்கு திரும்பி வரும்போது என்னைச் சுற்றியும் மகர ராசியில் காதலும் காமமும், மீண்டும் பல நாட்களுக்குப் பிறகு சந்திக்கும் சந்திப்புகளுமாய் தொடர்ந்த வண்ணம் இருந்தது.

என்னுடைய பக்கத்து வீட்டுக்காரனான அசன் ஷேக் மொட்டை மாடியிலிருக்கும் தனி அறையில் புறாக்களுக்கிடையில்

தங்கியிருந்தார்.. கீழ்ப்போர்ஷனில் வாடகைக்கிருப்பவர்கள் தரும் பணத்தை வைத்துக் கொண்டு ஷேக் புறாக்களுக்குத் தீனி வாங்கிப் போட்டுக் கொண்டிருந்தார். நடுவில் ஆக்ராவிலோ, டெல்லியிலோ போய் ஙசிக்கந்தரிே, ஙகாபூளிே போன்ற உயர் ஜாதிப்புறாக்களை வாங்குவார்.

அசன் கைதட்டினால் புறாக்கள் மாடியின் பல பாகங்களுக்கும் பறந்து வானத்தில் போய் ஒன்றாய்க் குழுமி தூரமாய்ப் பறந்து விமானம் திரும்புவதுபோல சாய்ந்து சாய்ந்து திரும்பி மீண்டும் வளைந்து மாடிக்கு வந்து சேரும். லாவகமாகச் சுழன்று ஆடும் நர்த்தகியின் உடை வட்டமிடுவது போல அப்புறாக்கள் ஒரு முறை சுழன்று தான் மாடியில் இறங்கும். புறாக்களின் சிறகசைப்பும், உடல் குலுக்கமும், பொட்டுப் பொட்டாய் கண்சிமிட்டி வீட்டிற்குத் திரும்பி வருவதன் சந்தோஷமும் பார்த்து என் மகள் எப்போதும் கைதட்டிச் சிரிப்பாள். அவள் கைகளில் அமர்ந்து மட்டுமே தீனியைக் கொத்தும் அனுமதியைப் புறாக்களுக்கு அசன் ஷேக் கொடுத்திருந்தார்.

ஃபெப்ரவரியிலேயே அடைகாத்து உட்கார்ந்த புறாக்கள் ஏதோ நடக்கப் போவதை முன் கூட்டியே தெரிவித்ததாய் அசன ஷேக் சொன்னார். புறாக்கள் எத்தனைமுறை கை தட்டினாலும் வெளியே பறந்துபோக மறுக்கின்றன. ஏதோ நடக்கப்போகிறது.

அன்றே கோதுமைமாவும், கடலைமாவும், பருப்பும், உருளைக்கிழங்கும் சேகரிக்க ஆரம்பித்துவிட்டேன். கேஸ் சிலிண்டர்கள் மட்டும் கிடைக்கவில்லை. என்னுடைய பதட்டத்தைப் பார்த்து அம்மாகூடத் திட்டினாள்.

நீ என்ன பைத்தியக்காரத்தனமாக என்னென்னவோ செய்யறே. இது விலை அதிகமாயிருக்கும் காலம். இப்போ போய் எல்லாத்தையும் வாங்கி வெக்கிறயே. அகமதாபாதிகளும் குஜராத்திகளும் கருணை உள்ளவர்கள். சைவர்கள் பாபுஜியின் ஆட்கள். ஒரு எறும்பைக்கூட நோகடிக்காமல், ஜீவராசிகள் ஏதாவது இருக்குமா என்று தரையையேப் பார்த்து நடக்கும் ஜைனர்கள். அவங்க கடவுள் யாரு? பகவான் ரஞ்ஜோத். யுத்தத்தில் பங்கு கொள்ள மறுத்த பகவான் ஸ்ரீ கிருஷ்ணர். அந்தப் பைத்தியக்காரன்

பொண்டாட்டி புள்ள இல்லாத புறா வளக்கிறவன் ஏதோ சொன்னான்னு ஏன் இப்படியெல்லாம் நடந்துக்கறது..

அம்மா சொன்னது சரிதானென்று எனக்குத் தோன்றிய ஒருநாள் இரவுதான் பாய்சந்த் என் வீட்டுக் கதவைத் தட்டினான்.

ளகுத்புதின்... □ பாய்சந்தால் மூச்சுவிட முடியவில்லை.

ளநான் வேலையை முடிச்சிட்டு ரயில்வே ஸ்டேஷனிலிருந்து நேரா இங்க வரேன். பரோடாவுக்குப் பக்கத்தில் கோத்ரா ஸ்டேஷனுக்கு வெளியே போகி கொளுத்தறாங்க. குத்புதின், நம்ம கிளாசில படிச்சாளே சாந்திபென், எப்பவும் கணக்கில ஃபஸ்டா வருவாளேடா அவளும், அவ புருஷன் கொழந்தை எல்லாம் செத்திட்டாங்க. டவுன்ல மைக் வைச்சிட்டாங்க. அயோத்தியிலிருந்து திரும்பி வந்து கொண்டிருந்த சாந்தி பென்னைப்போன்ற ராம பக்தர்களைக் கொன்று கோத்ரா அவுட்டரில் குடியிருக்கும் உன் மதத்துக்காரர்களுக்கு எதிராக..... எனக்குப் பயமாக இருக்கிறது......

அசன் ஷேக்கின் புறாக்கள் சொன்னது சரி.

ளநான் வரும் வழியிலேயே விரேன் ஷாவின் டாடா சுமோவை புக் பண்ணிட்டேன். நானும் ஆஷாவும் குழந்தைகளும் உதய்பூரில் இருக்கும் அண்ணன் வீட்டுக்குப் போகப்போறோம். குத்புதின் நீ என்ன செய்யப்போற? இங்கேயிருந்து கிளம்பிடு. இதைச் சொல்லத்தான் நான் இப்ப ஓடிவந்தேன். வரேன் பார்க்கலாம்ு.

நான் ரொம்ப நாட்களுக்குப்பிறகு அம்மாவின் முகத்தில் பயம் படருவதை உணர்ந்தேன். அன்றைய இரவு என் மகளைத் தவிர யாரும் தூங்கவில்லை. மறுநாள் காலையிலும் நான் வாசல் கதவையோ ஜன்னலையோ திறக்கவில்லை. அவசரப்பட்ட மகளுக்காக நான் பின் கதவைத் திறந்து கொடுத்தேன். அங்கே அவள் மண்ணை வாரி விளையாடத் தொடங்கினாள். சிறிது நேரத்தில் ஏதோ சப்தம் கேட்டதை உணர்ந்தவுடனேயே நான் காதைக் கூர்மையாக்கினேன். என் மகள் ஒரு புறாவைப் பிடித்தபடி உள்ளே வந்தாள்.

புறா அழகாயிருக்கு இல்லப்பா

அவள் என் கையில் கொடுத்த புறா, கழுத்து முறிந்து இறந்து கிடந்தது. நான் அதை வெளியே எறிந்தபடி பார்த்தபோது அசன் ஷேக்கின் உரத்த குரல் கேட்டது.

அய்யோ என் புறாக்கள்

திடுக்கிட்டுத் திரும்பியபோது கலகக்காரர்கள் பெட்ரோல் ஊற்றித் தீ வைத்த அசன் ஷேக்கைத்தான் நான் பார்த்தேன். பிறகு அவர்கள் என் வீட்டிற்கே வந்துவிட்டார்கள். அவர்கள் என் வீட்டைச் சுற்றியும் மண்ணெண்ணெய் ஊற்றித் தீ வைத்தார்கள். மூடி பிடுங்கப்பட்ட சிலிண்டர்களைத் தீயில் எறிந்தபோது அதில் என் அம்மாவும் மனைவியும் மகளும் மூலைக்கொருவராய்ச் சிதறிப்போனார்கள். எப்படி என்றே தெரியாமல் பின் வாசல் வழியாக ஓடிப்போனேன். வெளியே வந்தபோது மண்ணெண்ணெய் பாட்டில்களும், பெட்ரோல் கேன்களும், வாட்களும், கோடாலிகளுமாக என்னைச் சுற்றி நின்றவர்கள் நம்மைப் போலவே மனிதர்களாக இருந்தார்கள். அவர்களின் இடுப்பின் பருமன் என்னுடைய அளவுக் குறிப்பேட்டில் பதிவாயிருந்தது. நான் தைத்துக்கொடுத்த உடைகள் அணிந்த பெண்கள் என்னுடைய மனைவியை வைத்துக்கொண்டு கோன் கியோம் கீ சாஸ்பீ கபி பஹீதி எனச் சண்டையிட்டுக் கொண்டிருந்தார்கள். நான் அடையாளம் கண்டு பிடிக்க முடியாத ஆட்கள் வாட்களும், சூலங்களும், போர்டுகளுமாகக் காட்சியளித்தார்கள். அவர்கள் கையிலிருந்த போர்டுகள் சொன்னது:

முஸ்லீம்களின் கடைகளிலிருந்து எதையும் வாங்காதே.

நான் என்னுடைய பச்சைக்கண்களுக்கு நடுவில், பிரியத்தை இழுத்துப் பூட்டி விட்டு கருங்கல் சீழ்பிடித்து நிற்கும் பிந்தியாவைப் பார்த்தேன். அவளுடைய அம்மாவின் கையில் அரிவாள் இருந்தது. நான் அங்கே குழுமியிருக்கும் ரேபிட் ஆக்ஷன் ஃபோர்ஸ் காரர்களிடம் என்னைக் காப்பாற்றுமாறு கெஞ்சினேன். அப்போதுதான் ஒரு துப்பாக்கியின் ஸேப்டி காட்ச் மாற்றும் சப்தம் கேட்டது. சட்டென நான் திரும்பிப்

பார்த்தபோது ஒரு தங்க முடியுள்ள வெள்ளைக்காரன் கேமராவை கிளிக் செய்வதை கவனிக்க முடிந்தது.

ம்... பிறகு நடந்ததை நீங்கள் பத்திரிகையில் பார்த்திருப்பீர்கள். குத்புதின் அன்சாரியையும் குடும்பத்தையும் வெறித் தாக்குதலோடு சுற்றி வளைத்திருந்தார்கள். அன்சாரி போலீஸ்காரர்களிடமும் ராய்ட்டர்காரர்களிடமும் தன்னுடைய உயிரையும் தன் குடும்பத்தினுடைய உயிரையும் காப்பாற்றும்படி கெஞ்சினான். மாலை ஆறு மணிவரை நீண்டு கொண்டிருந்த இந்த அக்னிப்பரீட்சை முடிவுக்கு வந்தது மிலிட்டரி வந்தபோதுதான். மிலிட்டரிக்காரர்கள் அவர்களுடைய ட்ரக்கில் என்னை ஏற்றிக்கொண்டு என் வீட்டிற்குப் போனார்கள். இடிபாடுகளுக்கிடையில் என் அம்மாவையும், மனைவியையும், மகளையும் கண்டுபிடித்தார்கள். எங்களை ளஷா அலம்□ முகாமில் கொண்டுபோய்விட்டார்கள்.

ராய்ட்டரின் ஆட்களான புகைப்படக்காரர் எடுத்த என் படம் மறுநாள் பத்திரிகையில் வந்தது. பார்வை நிலைக்காமல் அலைபாய்ந்த என் கண்ணின் பச்சை நிறம் இருண்டு போக, நிறைந்த கண்ணீருமாய், ஈரமான பத்திரிகைத்தாளில் உறைந்து போன என் கூக்குரலும், கை கூப்பியவாறு நான் கேட்கும் மன்னிப்பும், சமீபித்திருக்கும் மரணத்தை உங்களுக்கு தத்ரூபமாக்கியிருக்கும்.

நான் அகமதாபாத்தின் சின்னமானேன்.

நான் சின்னமான சாலையின் இருபுறமும் பிணங்கள் கிடந்தன. உயரமான கட்டிடங்கள் எரிவதால் வானத்தில் கரும்புகை படர்ந்திருந்தது. அவற்றின் இடையிலாக நான் இதுவரை காணாத பருந்துக்கூட்டங்களைப் பார்த்தேன். வழி நெடுகிலும் பள்ளிக்குழந்தைகளின் பாதி எரிந்த சிவப்பு ரிப்பன்கள் கிடந்தன. பெண்களின் ரத்தம் தோய்ந்த உள்ளாடைகள். கிழித்தெறியப்பட்டப் பாடப்புத்தகங்கள். உடைந்த கண்ணாடி வளையல்கள். பாதி எரிந்த குடும்ப ஃபோட்டோ ஆல்பங்கள். சுவர்களில் முஸ்லீம்களின் கடைகளை நிராகரிக்கச் சொல்லும் விளம்பரங்கள். தலைபோன பொம்மைகள், வின் ஸ்கிரீன்

உடைந்து பாதி எரிந்த கார்கள். தீ அணைந்து தீராத சைக்கிள் ரிக்ஷாக்களின் குவியல்கள், திறந்த வயிற்றிலிருந்து உருவின குடல்போல வெளியே இழுத்தெறியப்பட்ட அனுமல்லிக்கினுடையதும், பங்கஜ் உத்தாஸினுடையதும் ஆடியோ கேசட்டுகள். அதிகம் அடி வாங்கிக் கொடுத்த மார்க் குறைந்த ரேங்க் கார்டுகள், பட்டங்கள், கிழிந்த பட்டங்கள்... மிதித்து நசுக்கப்பட்ட பட்டங்கள்... கயிறு அறுந்த பட்டங்கள்...

நான் பட்டங்களைப் பார்ப்பதில்லை என்று தீர்மானித்தாலும் அவை எல்லா இடங்களிலும் தென்பட்டது. அம்மா அடிக்கடி சொல்வதை யோசித்துப் பார்த்தேன். நீ அன்சாரி, மோமின், தையல்காரன், ஒருபோதும் உன் கைகளால் நூல் அறுக்கப்படக்கூடாது..

ராய்ட்டரின் புகைப்படக்காரரர் நூலறுந்த நகரத்தின் பதிவாய் என்னை ஆக்கியிருந்தார். மறுவாழ்வு இல்லத்தின் பெண்கள் பகுதியில் தனியாய் வாழும் என் குடும்பத்தை நான் பார்க்கவில்லை. நான் இரவு பகலாய் நடந்தேன். எதை எதிர்ப்பார்த்தென்று தெரியாமல் நடந்தேன். என் யாத்திரைக்கிடையில் மண்ணில் ஏதோ மின்னுவதை உணர்ந்தேன். அது ஒரு உடைந்த கண்ணாடித்துண்டாக இருந்தது. அதன் மேலே ஸ்டிக்கர் பொட்டு ஒட்டியிருந்தது.

நான் என்னுடைய முகத்தைப் பார்த்து ஐந்தாறு நாட்களாகியிருந்தது. முகத்தில் சின்ன சின்னதாய் ரோமங்கள் படர்ந்திருந்தன. கண்களில் முழுமையாக பயம் போகவில்லை. நான் மறந்து போன ஒரு விஷயத்தைச் செய்ய வேண்டும் போல இருந்தது. அது சிரிப்பு. எத்தனை முறை முயன்றபோதும் முகம் விகாரமானதேயல்லாமல் சிரிக்க முடியவில்லை. பக்கவாதக்காரனை உருவி விடுவதுபோல என் கன்னத்தையும் வாயைச்சுற்றியும் அழுத்திவிட்டேன். அப்போதும் கூட என் பிரதிபிம்பம் சிரிக்கவில்லை. என் முகத்தின் ரத்த நாளங்கள் தளர்ந்து கிடந்தன.